घाशीराम कोतवाल

विजय तेंडुलकर यांची नाटके

नाटक

अशी पाखरे येती
एक हट्टी मुलगी
कमला
कन्यादान
कावळ्यांची शाळा*
कुत्रे
गिधाडे
गृहस्थ*
घरटे अमुचे छान
घाशीराम कोतवाल
चिमणीचं घरं होतं मेणाचं
चिरंजीव सौभाग्यकांक्षिणी
झाला अनंत हनुमंत
त्याची पाचवी***
दंबद्वीपचा मुकाबला
नियतीच्या बैलाला**
पाहिजे जातीचे
फूटपायरीचा सम्राट
बेबी
भल्याकाका
भाऊ मुरारराव
मधल्या भिंती
माणूस नावाचे बेट
मित्राची गोष्ट
मी जिंकलो! मी हरलो!
विठ्ठला
शांतता! कोर्ट चालू आहे
श्रीमंत
सखाराम बाइंडर
सफर**
सरी ग सरी

एकांकिका

समग्र एकांकिका : भाग १
समग्र एकांकिका : भाग २
समग्र एकांकिका : भाग ३

बालवाङ्मय

इथे बाळं मिळतात
चांभारचौकशीचे नाटक
चिमणा बांधतो बंगला
पाटलाच्या पोरीचं लगीन
बाबा हरवले आहेत
बॉबीची गोष्ट
राजाराणीला घाम हवा

अनुवादित

आधे अुरे
(मूळ लेखक : मोहन राकेश)
तुघलक
(मूळ लेखक : गिरीश कार्नाड)
मी कुमार
(मूळ लेखक : मधु राय)
लिंकन यांचे अखेरचे दिवस
(मूळ लेखक : मार्क फॉन डॉरन)
लोभ नसावा ही विनंती
(मूळ लेखक : जॉन पॅट्रिक)
वासनाचक्र
(मूळ लेखक : टेनेसी विल्यम्स)

---

* 'गृहस्थ'चे पुनर्लेखन : 'कावळ्यांची शाळा'
** ध्वनिफितीच्या रूपानेही प्रकाशित
*** मूळ इंग्रजी : His Fifth Woman (अनु. चंद्रशेखर फणसळकर)

घाशीराम कोतवाल

विजय तेंडुलकर

पॉप्युलर प्रकाशन, मुंबई

घाशीराम कोतवाल
(म-८३७)
पॉप्युलर प्रकाशन
ISBN 978-81-7185-676-3

GHASHIRAM KOTWAL
(Marathi : Play)
Vijay Tendulkar

© २०१६, तनुजा मोहिते

पहिली आवृत्ती : १९७३/१८९५
नीलकंठ प्रकाशन, पुणे
पाचवी आवृत्ती : १९९५/१९१६
सहावी आवृत्ती : २०१६/१९३८
पाचवे पुनर्मुद्रण : २०२२/१९४४

प्रसिद्ध चित्रकार मकबूल फिदा हुसेन
यांनी या नाटकावर आधारित
काढलेल्या चित्रांचा वापर
या आवृत्तीत केला आहे.

मुखपृष्ठ व आतील मांडणी :
वसंत सरवटे

मुखपृष्ठावरील अक्षरांकन :
अच्युत पालव

प्रकाशक
अस्मिता मोहिते
पॉप्युलर प्रकाशन प्रा. लि.
३०१, महालक्ष्मी चेंबर्स
२२, भुलाभाई देसाई रोड
मुंबई ४०००२६

अक्षरजुळणी
ऑलरीच एंट रप्रायझेस
माहीम, मुंबई ४०००१६

मुद्रक
रेप्रो इंडिया लि.
लोअर परेल
मुंबई ४०००१३

या नाटकाचे प्रयोग, भाषांतर, चित्रपट
दूरदर्शन रूपांतर, व्हीसीडी, डीव्हीडी
ई-बुक्स रूपांतर इत्यादी संदर्भातील
सर्व हक्क श्रीमती तनुजा मोहिते यांचे
स्वाधीन आहेत. परवानगी व परवानगीमूल्य
या संदर्भात तनुजा मोहिते
ए -१३६, क्रिसेन्ट, फॉरेस्ट ट्रेल्स
पौड रोड, भूगाव, पुणे ४१२ ११५
या पत्त्यावर पत्रव्यवहार करावा

या नाटकाचा पहिला प्रयोग प्रोग्रेसिव्ह ड्रॅमॅटिक असोसिएशन, पुणे या संस्थेने दि. १६/१२/७२ रोजी रात्री ९ वाजता भरत नाट्यमंदिर या नाट्यगृहात सादर केला

दिग्दर्शक – जब्बार पटेल
निर्मिती प्रमुख – श्रीधर राजगुरू
संगीत – भास्कर चंदावरकर
नृत्य – कृष्णदेव मुळगुंद
नेपथ्य – सुरेश बसाळे
प्रकाशयोजना – श्रीनिवास पानवलकर
वेशभूषा – दिलीप मंगळवेढेकर
रंगभूषा – निवृत्ती दळवी
सहायक दिग्दर्शक – सतीश आळेकर

भूमिका

घाशीराम : रमेश टिळेकर
नाना फडणवीस : मोहन आगाशे
सूत्रधार : श्रीराम रानडे
ललिता गौरी : स्वरूपा नारके
गुलाबी : सुषमा जगताप
इंग्रज : आनंद काळे
ब्राह्मणी : मीनाक्षी रानडे, वैजयंती ओक, रंजना नगरकर, ज्योती टिळेकर, शैला गदगकर
ब्राह्मण – चंद्रकांत काळे, रवींद्र साठे, मोहन गोखले, सुरेश बसाळे, प्रवीण गोखले, मंदार भोपटकर, सुभाष फुले, नंदू पोळ, विठ्ठल पवार, अरविंद ठकार, शंकर कुलकर्णी, दिलीप मिटकर, सतीश घाटपांडे, अरविंद धोंगडे, दिलीप मंगळवेढेकर, सतीश आळेकर, आनंद मोडक, रमेश मेढेकर, श्रीकांत गद्रे, सुनील कुलकर्णी, उदय लागू, राजीव साठे

अंक पहिला

[रांगेने उभे राहून बाराजण नमन म्हणतात, 'पहिलेऽ नमन' इ. गणपती येतो.]

सारे : [एकदा इकडे व एकदा तिकडे एका वेळी झुलत]
श्री गणराय नर्तन करी
आम्ही पुण्याचे बामण हरी।।
[हेच म्हणत राहतात. गणपती नाचत राहतो.]
बामण हरी
नर्तन करी
श्री गणराय
फेर की धरी
वाजे मृदंग
चढेचि रंग
त्रिलोक दंग हो त्रिलोक दंग
देवी सरस्वती येतीया संगं
[सरस्वती येते नाचत. गणपती–सरस्वती नाचतात.]
देवी सरस्वती येतीया संगं हो
देवी शारदा येतीया संगं
श्री गणराय मंगलमूर्ती
तुझिया नामे पर्वत ऽ तरूती
देवी सरस्वती वादनकर्ती

लक्ष्मी तिथे वास करती
लक्ष्मी शारदा या दोघी सवती
हो या दोघी सवती
श्री गणेशापुढे हो जोडीने लवती
[लक्ष्मी येऊन नाचू लागते इतर दोघांबरोबर]
गणेश देवा
किर्‌पा हो ठेवा
आजऽच्या खेळा हो
यश द्या देवा
मंगलमूर्ती मोरया
गणपतीबाप्पा मोरया
मंगलमूर्ती
गणपतीबाप्पा
[हेच घुमवीत राहतात. लय वाढवतात. 'मोऽरया' करतात. गणपती-सरस्वती-लक्ष्मी गेलेल्या.]
पुंडलिक वरदा हारि विठ्ठल।
ज्ञानदेव तुकाराम।।
[पुन्हा झुलत, लयीत]
श्री गणराय नर्तन करी
आम्ही पुण्याचे बामण हरी।।

सूत्रधार : [सर्वांना 'हो''हो' करून गाणे थांबवून प्रेक्षकांना] हे सर्व पुण्याचे ब्राह्मण.
[एकाला] आपण कोण?

एकजण : वेदांतशास्त्री

सूत्रधार : [एकेकाला] आपण

दुसरा : वैद्यराज.

तिसरा : तर्कशास्त्री.

चौथा : ज्योतिर्मार्तंड.

पाचवा : भाषाभिषग्.

सहावा : आम्ही सरदार.

आणखी : आम्ही शृंगेरीकर.
आम्ही तंजावरकर

आम्ही रामेश्वर
आम्ही कुंभकोणम्
आम्ही बनारस
आम्ही पुणेकर

सूत्रधार : वा, वा, वाऽ
[माणसांच्या या झुलत्या पडद्याच्या बाजूचा एक भिक्षुक लपत छपत तुरुतुरू जाऊ लागतो.]

सूत्रधार : हो हो हो – भटजीबोवा, थोपा थोपा, थोपा...

भटजी : तोफा? कुणाच्या तोफा? फिरग्यांच्या का कुरंग्यांच्या?

सूत्रधार : तोफा नव्हे, थोपा.

भटजी : मग थोपलोच आहे. त्यात सांगण्यासारखे रे काय आहे?

सूत्रधार : प्रहर रात्रीची कुठवर स्वारी?

भटजी : इथेच थोडी.

सूत्रधार : इथेच म्हणजे कुठेच?

भटजी : अशी तिकडे पुढेच.

सूत्रधार : पुढेच म्हणजे कोठे?

भटजी : तूस रे काय करायचे आहे ते? हो दूर. देर होतो आहे. (जाऊ लागतो.)

सूत्रधार : भटजीबोवा.

भटजी : तुझ्या तोंडात पडो ओवा, सारखा आपला मध्ये, मध्ये, मध्ये, मध्ये...

सूत्रधार : कशाच्या मध्ये?

भटजी : मध्येच म्हणजे मेल्या, वाटेत

सूत्रधार : कोणाच्या वाटेत?

भटजी : माझ्या.

सूत्रधार तुमची वाट कोठे जाय?

भटजी : वाट जाय मष्णात.

सूत्रधार : मग मी येतो.

भटजी : म्हणे मी येतो. कशास, मरायस? चल हो, आहेस इथेच बरायस. आम्ही जातो. तुझ्या नादी कोण लागतो. (जाऊ लागतो.)

सूत्रधार : (माणसांच्या पडद्यामागून मागून पुढे येऊन पुन्हा) भटजीमहाराज...

भटजी	: तुझ्या पोटात पडो खाज. मेल्या, काय आणखी?
सूत्रधार	: मष्णात जायची इतकी का घाई?
भटजी	: तुला कळायचे नाही...
सूत्रधार	: मष्णात काय असते?
भटजी	: मेल्या, लाकडे.
सूत्रधार	: मग मी येतो तिकडे. मला चार लागडे हवीत चुलीत सारण्यासाठी.
भटजी	: सार तुझे मुखडे. (जाऊ लागतो.)
सूत्रधार	: (त्याला अडवून) मष्णात आणखी काय भेटते?
भटजी	: भुते.
सूत्रधार	: मग मी येतो तिथे. मला चार भुते हवीत—बाटलीत भरण्यासाठी.
भटजी	: भर तुलाच. दुसऱ्या तुझ्या भावास. तिसरा तुझा बाप, चावला तुला साप! (जाऊ लागतो.)
सूत्रधार	: हो, हो, भटजीबोवा... भटजीबोवा–
भटजी	: आता रे रांडीच्च्या आणखी काय?
सूत्रधार	: चौथे भूत राहून जाय. तुम्ही येता? बाटलीत? नव्हे, नव्हे, बावन्नखाणीत? नाचगाणे ऐकायला?
भटजी	: काय? तुला रे कसे कळले? थांब हो ठेवून देतो थोतरीत... कुठायस तो...
	[पाठलाग. माणसांच्या पडद्याचा आडोसा करून दोघे खो खो खेळतात. माणसांचा पडदा झुलत राहतो, 'श्रीगणेराय'... लयीवर म्हणत. भिक्षुक या पडद्यामागे निघून जातो. रांगेतला कडेचा दुसरा भारदस्त ब्राह्मण निघून गडबडीने जाऊ लागतो. सूत्रधार मार्गात; दोघे एकमेकांवर धडकतात.]
ब्राह्मण	: ओय ओय; कोण रे तू आयशिच्च्या? तुला काय डोळे का कान?
सूत्रधार	: चुकलो बामणोजी.
ब्राह्मण	: तुला काय लाज का संकोच?
सूत्रधार	: चुकलो बामणोजी.
ब्राह्मण	: तुला काय हे का ते?

सूत्रधार : माफी असावी बामणोजी.

ब्राह्मण : अरे सरळ ढका मारतोस बापशीच्च्या?

सूत्रधार : पाया पडतो बामणोजी.

ब्राह्मण : अरे मर्कटा, ही काय पेशवाई का मोगलाई? पवित्र ब्राह्मणास सरळ ढका की रे मारी!

सूत्रधार : पण ब्राह्मणीस नाही.

ब्राह्मण : बेश, बेश. न पेक्षा तुझ्या डोचकीत शेंदूर भरून तूस गाढवावरून उलटा हिंडवला नसता?

सूत्रधार : पण गाढवच नाही.

ब्राह्मण : गाढव नाही? पेशवाईत गाढव नाही? पेशवाई तू समजलास काय? अरे पेशवे मनात आणतील तर एकच काय, सहस्र गाढवे या पुण्यनगरीत अशी रांगाने उभी राहतील!

सूत्रधार : (त्याच्याकडेच निर्देश करून) अशी रांगाने उभी राहतील. पण बामणोजी, निघाला कोठे?

ब्राह्मण : तूस का चौकशी?

सूत्रधार : अशीच.

ब्राह्मण : जाणारास कोठे विचारू नये. अपशकून होतो.

सूत्रधार : चुकलो बामणोजी. येणारास कोठे विचारावे?

ब्राह्मण : चालते.

सूत्रधार : मग तुम्ही घरून येणारे.

ब्राह्मण : पण बावन्नखणीत जाणारे...

(जीभ चावून)

अरे अरे अरे! मी बोललो की हे सारे. घात झाला. जातो, जातो. ...देवदर्शनास जायचे आहे... उशीर हातो...

(जातो रांगेमागे गर्दीने.)

[माणसांचा पडदा 'श्रीगणराय'... म्हणतत झुलत राहतो. आता रांगेतलेच दोघे-तिघे राजबिंडे ब्राह्मण माणसांच्या पडद्यापुढून गडबडीने जाऊ लागतात.]

सूत्रधार : अहो तुम्ही, सरदार. माडीवाले, गाडीवाले, घोडीवाले- कोठे जी चालले?

तिघे : (एकदम) मंदिरात.

सूत्रधार : वा, वा, मंदिरात या वेळेस काय आहे?

तिघे : कीर्तन.

सूत्रधार : कीर्तनात आख्यान कोणते आहे?

तिघे : (एकदमच) मेनका विश्वामित्र आख्यान. हो. तेच.

सूत्रधार : बुवा कोण आहेत?

तिघे : बुवा नव्हे बाई...
(एकदम जीभ चावतात.)

सूत्रधार : बाई? बाई कधीपासने हो कीर्तन करी?

तिघे : (गडबडलेले) कीर्तन नव्हे, नाच.

सूत्रधार : नाच! नाचात आख्यान कधीपासने हो लागू लागले?

तिघे : (गडबडलेले) आख्यान नव्हे, लावणी.

सूत्रधार : लावणती मेनका-विश्वामित्र कधीपासने हो येऊ लागले?

तिघे : (गडबडलेले) मेनका-विश्वामित्र नव्हे, राघूमैना.

सूत्रधार : आणिक लावण्या मंदिरात कधीपासने हो होऊ लागल्या?

तिघे : मंदिरात नव्हे, बावन्नखणीत. भलाच दिसतोस. पुष्कळ झाला फजिता. आम्ही चाललो आता. रामराम. (जातात.)
[रांगेतले एकेक माणसांच्या पडद्यामागून लगबगीने जाऊ लागतात. माणसांचा पडदा कमी कमी होऊ लागतो आणि मागे पाठमोऱ्या माणसांची रांग दिसू लागते.]

सूत्रधार : (ढोलकीवर) रात्र झाली, पुण्यातले बामण बावन्नखणीत गेले, बावन्नखणीत गेले, बावन्नखणीऽत गेलेऽऽऽऽ
मष्णात गेले—
कीर्तनास गेले—
देवदर्शनासी गेलेऽऽ—
रोजी जात तसेचि गेले—
बामण बावन्नखणीऽत गेल—
[पाठमोऱ्या माणसांचा एक स्थिर पडदा आता उभा.]

पडद्याचे सर्व : (झुलत)
रामाशिवा हरी
मुकुंद मुरारी।
राधेकृष्ण हरी
गोविंद मुरली।

बावन्नखणी

मथुरा अवतरली।।

[हे चालू असता सूत्रधार मृदंगावर लय धरतो.]

सूत्रधार : (हे मागे चालू असताच)

बामण बावन्नखणीत गेले आणिक बामणी घरी राही, घरी राही, घरीच राही. वाट पाही, झोप नाही. बावन्नखणीत गुलाबी नामे नामी नायकिणीच्या दिवाणखान्यात काय होई?

पाठमोरे : मथुरा अवतरली

सर्व हो बावन्नखणी

हो, बावन्नखणी...

मथुरा अवतरली...

[पाठमोऱ्या माणसांचा पडदा हे म्हणत पांगून त्याची बावन्नखणीतली बैठक होते. एक नाचणारी नाचत येते. नाचत राहते उत्तान. तिला नाचत साथ करतो घाशीराम, सोंगाड्या बनून. लाचार, हास्यास्पद, सारे शृंगारिक होऊन लघळपणा करताहेत. त्याच वेळी गुणगुणताहेत, मथुरा अवतरली, बावन्नखणी...]

ब्राह्मण : (नाच संपताच शिट्या मारीत पागोटी उडवीत)

बामणी-बामण शृंगार झाला पाहिजे — बामणी-बामण शृंगार झाला पाहिजे...

[नाचणारी आणि घाशीराम मुजरे करून बाजूस जाऊन बामणी बामण बनून येतात. ब्राह्मणास मोठे पोट व लांब शेंडी. त्यांची लावणी आणि नाच होतो. जमलेले ब्राह्मण उल्लू. हास्याचे मजले.]

सूत्रधार : (यातले आवाज ऐकू येईनासे होऊन)

रात्र चढली, रात्र चढली

अकराची तोफ वाजली—

दोन प्रहर रात्र झाली—

बैठकीतले : (एकत्र होऊन पाठमोरेच रांगेने राहून झुलत गुणगुणत)

पाठमोरे : बावन्नखणी

मथुरा अवतरली

बावन्नखणी...

सूत्रधार : बामण बावन्नखणीत रमले आणिक बामणी घरी राहिली, घरी राहिली, घरीच राहिली. बामण रमले देवदर्शनात, मष्णात, कीर्तनात; आणखी तिकडे बामणीस घडे एकांतवास...

[‘राधे कृष्ण हरी, गोविंद मुरली’—गुणगुणाऱ्या माणसांच्या झुलत्या पाठमोऱ्या पडद्यापुढे एक ब्राह्मणी लयीत ब्राह्मणी ठसक्यात येते. वाट पाहते आहे. शिंदेशाही पगडीतला एक सरदार येतो. काल्पनिक दार वाजवतो. ती दार उघडते. तो आत येतो. दोघांचा शृंगार. दोघे तशीच आत निघून जातात.]

सूत्रधार : (मृदंग पिटून) इकडे बामणीस घडे एकांतवास आणि तिकडे गर्दी गुलाबीच्या दर्शनास—

पाठमोरे : (गुणगुणत) बावन्नखणी

सर्व
मथुरा अवतरली
हो बावन्नखणी

[पाठमोऱ्या माणसांचा हा पडदा दुभंगून पूर्वीचा बामण-बामणी नाच दिसत राहतो.]

सूत्रधार : अशी रात्र चढली— रात्र चढली— रात्र चढली, मध्यरात्र जाहली. आणिक पेशव्यांचे परधान नवकोट नाना शिरीमंत नाना फडणवीस यांची सवारी गुलाबीच्या बिऱ्हाडी पधारली.

[पाठमोऱ्या माणसांचा पडदा सामोरा होतो. झुलत राहतो. मोठमोठ्यांदा गजर होत राहतो...

‘बावन्नखणी
मथुरा अवतरली
हो, बावन्नखणी...

हाती चांदीच्या मुठीची काठी घेतलेले, मनगटात मोगरीचा गजरा बांधलेले नाना फडणवीस या तालावर नाचत येतात. माणसाच्या पडद्यापासून नाचणारी येते नाचतच. दोघांचा नाच. घाशीराम लांब उभा; बामण-बामणी नाचातल्या ब्राह्मणाच्या हास्यास्पद वेशात.]

गजर : राधेकृष्ण हरी
गोविंद मुरली
रामाशिवा हरी
मुकुंद मुरारी...

[नाच चालतो. जमलेले ब्राह्मण देखील नाचात भाग घेतात. घाशीरामही त्यात उतरतो. हा नाच मागे जातो.
आता याच गजराच्या तालावर अनेक ब्राह्मणी आणि त्यांचे शिंदेशाही पगड्यांतले जार नाच करीत येतात. दोन्ही नाच एका वेळी रंगमचावर होत राहतात. मग ब्राह्मणी व त्यांचे जार नाचत आत जातात.]

नाना : (नाचताना मध्येच एक पाय धरून नाचत)
ओय् ओय् ओय् ओय्... ओय् ओय् ओय्...
[सगळे नाचताहेत.
'राधेकृष्ण हरी
मुकुंद मुरारी'-
मधोमध एक पाय धरून नाचणारे नाना फडणवीस.]

सूत्रधार : नाचता नाचता काय घडले?
शिरीमंत नाना जाया जाहले
पाय मुरगळले—मुरगळले—मुरगळले—
[नाच जोरात चालूच. गजर... 'मुकुंद मुरारी'... ब्राह्मणाच्या सोंगातील घाशीराम एक पाय धरून थयथय नाचत्या नानांची अवस्था पाहून पुढे होऊन नाना फडणवीसांच्या जाया पायाखाली वाकतो. आपल्या पाठीवर नानांचा पाय घेतो. नानांना जरा आराम. आश्चर्याने सर्व पाहताहेत. नाना फडणवीसांचा पाय जमिनीवर वाकलेल्या घाशीरामाच्या पाठीवर. सगळे एकमेकांना हातांनी पृच्छा करताहेत.]

सूत्रधार : (सारे परस्परात चौकशा करत असता)...
काय घडले?
कसे घडले?
कोठे पडले?
धडपडले—
तडमडले
अडमडले
पाऊल वाकडे पडले?

सारे : (नानांना) शिरीमंत, काय घडले?

नाना : (घाशीरामाच्या पाठीवर एक पाय टेकून हातातल्या काठीने एकीकडे तोल सावरीत)
काही नाही, पाय जरासे मुरगळले— ओय!
(पायाखालचा घाशीराम पाहून कष्टाने पाय उचलीत)
हे कोण?
(घाशीराम नाना फडणवीसांचा दुसरा पाय जोड्यासकट हाती झेलून बसता होतो.)
पुण्याचे शास्त्री दिसतात!
[सगळे बघताहेत.]
उठा, भटजी. आम्ही तुमच्यावर संतुष्ट आहोत.
(गळ्यातील कंठा काढून पुढे धरतात.)
भटजी, बक्षिसी घ्या—
[घाशीराम घेत नाही.]
भटजी बक्षिसी—

घाशीराम : शिरीमंत, बक्षिसी मिळाली आम्हासी.
(हातातील नाना फडणवीसांचा जोड्यासकट पाय दर्शवून)
हाती पडली आयती— अमुचा हेवा सब करिती—
ऐसी बक्षिसी किसको जनममे नही मिलती!
(नम्रपणे बसलेला.)

नाना : (जास्तच खुश होत) वाहवा! काय जबान! काय हजरजबाबी! काय साखरपेरणी! उठा. उत्तरेकडील दिसता.

घाशीराम : (उठून उभा) जी.

नाना : काय नाव?

घाशीराम : घाशीराम सावळदास—
(डोक्यावरील शेंडीचा टोप काढून हाती घेतो.)

नाना : कनौजी वाटता खास.

गुलाबी : (पुढे होत अंगच्या नखऱ्याने)
चार दिस झाले, नाच्या असतोय माझ्याकडे. परदेशी होता, भुखा भटकत होता, म्हणले राहील इथं. बासनं पण घासतो. झील पण धरतो. तसा हरकामी हाय.

नाना : (तिचा गालगुच्चा घेऊन) ठीक. ठीक. कोण आहे रे तिकडे? मेणा वर आणा.

उभे सर्व : (मेण्याचा आकार करून)
आणलाऽ
[नाना त्यात दुखऱ्या पायाने बसल्याचे नाटक करतात.]

उभे सर्व : नवकोट नाना मेण्यात बसलेऽ
निघालेऽ...

नाना : (जसे काही मेण्यातून) कोण रे तू, घाशीराम, हा घे. [गळ्यातला हार टाकतात. घाशीराम तो अल्लद झेलतो. मेण्यासकट नाना रवाना होतात. 'नाना गेऽले-' उभ्या सर्वांचा गजर.]

सूत्रधार : नाना गेले— ब्राह्मण उरले— बंधन नुरले— भय सरले— लज्जा संकोच सर्व गळले— चित्त चळले, चित्त चळले, चळले—

[गुलाबी एकटीच. दोघे चौघे एकदम अंगझटीस येत असताना त्यांना उत्तानपणे दूर राखण्याचा अभिनय नृत्याच्या विभ्रमांनी करते. केस, पदर विस्कटते.

आतून उभ्या सर्वांचा कोरस गुणगुणत राहतो : 'राधेकृष्ण हरी, मुकुंद मुरारी...'

पलीकडे घाशीराम नानांनी हाती फेकलेला हार कुरवाळतो आहे अत्यानंदाने.]

सूत्रधार : रात्र संपली ऽ ऽ ऽ— दिवस फटफटला— पुण्यनगरीत उजाडले—

[भूपाळी म्हणू लागतो तालावर. गुलाबी आत गेलेली. एका विंगेतून ब्राह्मण आणि दुसऱ्या विंगेतून शिंदेशाही पगड्यांवाले जार रांगेने रंगमंचावरून परस्परविरुद्ध दिशांना जाऊ लागतात. मुद्रा जागरणाच्या. जांभया आणि आळस देताहेत. पगड्या कशाबशा डोक्यांवर ठेवलेल्या. भेलकांडताहेत. जाताना दोन्ही रांगातले एकमेकांच्या रांगेकडे वळून पाहत जातात. आता घाशीराम हार घेऊन जाऊ लागतो. गुलाबी आतून येऊन त्याला ठसक्यात अडवते. पदर बांधून हार मागते. तो देत नाही. ती मागणी करीत राहते हिंस्रपणे. 'हार दे गुमान!' घाशीराम देत नाही.]

घाशीराम : यह मेरा है—मुझे नानासाहिबने इनाम दिया है— यह मेरा है.

गुलाबी : मी नाच्या म्हणून तुला ठेवला म्हणून तुला नानांचा जोडा तरी दिसला. तो हार मला मिळालाच पायजेल.

[पुन्हा ठसक्यात पाय आपटते. गुलाबी आत खूण करते. दोघे तिघे अस्तन्या सरसावून मृदंगाच्या लयीवर येतात. घाशीराम 'यह मेरा है— यह मेरा है' म्हणत हार उराशी धरतो. ते त्याला बेदम मारून हार हिसकावून घेतात आणि त्याला फेकून देतात. घाशीराम रंगमंचावर पुढेच येऊन पडतो. किंचित्काळाने उठतो. धूळ झटकतो. बाहीने रक्त निपटतो. मुद्रेवर मानभंगाची वेदना. मृदंगाच्या लयीत गोऱ्या साहेबाचा मेणा आता जाऊ लागतो रंगमंचावरून. मेण्याबरोबर दोन ब्राह्मण अदबीने साहेबाला काही सांगत चाललेले आहेत. पुढे एक भस्म, गंध वगैरे लावलेला ब्राह्मण : 'बाजू— साहेब निसबत सवारी येते आहे- बाजू— करीत उपरण्याने गर्दी वारीत चालत आहे.]

ब्राह्मण : बाजू ए कुत्र्या— साहेब सवारी येते आहे दिसत नाही काय? नालायक! सडकेवर लोळतो! (लगेच मेण्यातील साहेबाला) आमचे देशातले लोकांना ह्यं, ह्यं, आजकाल म्यानरच राहिल्या नाहीत. साहेब हुजूर —स्वतःचे मोलाने स्वाभिमानाने राहतील तर शपथ— चला चला हुजूर— रमण्याची गंमत आजून पाहण्यास मिळेल— मी हुजुरांना आत घुसवतो— तीन बंदे रुपये हुजूर—

दु. ब्राह्मण : जा रे रामभटा— माझे दोन— चला हुजूर— मी घुसवतो—

ति. ब्राह्मण : मला एकच पुरेल हुजूर— चला चला— (दुसऱ्यास) रांडिच्च्या, तू गप्प बरे!

दुसरा : (पहिल्यास) तुला कोणी यात विचारले मष्ण्या?

पहिला : दोघेही पोटभरे संधिसाधू हुजूर, चला चला— रमण्यावर आज ब्राह्मणांचा सत्कार आहे— सुग्रास भोजन आहे— दक्षिणा आहे— चला, चला—

[मेणा, साहेब आणि ब्राह्मण मागून धावत जातात. मागोमाग अनेक ब्राह्मण घोळक्याने लगबगत बडबडत जाऊ लागतात.]

सूत्रधार : पर्वतीखालच्या रमण्यात ब्राह्मण निघाले— ब्राह्मण निघाले— निघाऽले— आत पेशवे दक्षिणा वाटू लागले— भोजने झडू

लागले— ब्राह्मण झगडू लागले— अन्न रगडू लागले— दक्षणेने लगडू लागले—

[आशाळभूत घाशीराम पाहतो आहे. आत गेलेले ब्राह्मण आता येऊन रांगेने उभे राहतात भराभर. दोन शिपाई फिरत ब्राह्मणांना नीट रांग धरण्याला पुन्हा पुन्हा सांगताहेत. घाशीराम बाजूला उभा. मुद्रेवर भूक. शिपाई घाशीरामला हटकतात.]

प. शिपाई : ए, कोण रे तू?

घाशीराम : मै कनौजका घाशीराम सावळदास.

दु. शिपाई : चलो, हटो. इथे का आलास?

घाशीराम : बम्मनोंका सत्कार है, भोजन है,

प. शिपाई : तो तुम्हारा यहा क्या काम है?

घाशीराम : मै भी बम्मन हूं—

दु. शिपाई : तुम बम्मन? कहां है तुम्हारा घेरा, गलेमेका दोरा, कहां है भसमके पट्टे, गंधके टिक्के—

प. शिपाई : कहां है वेद— और बताव चातुर्वर्णके भेद—

दु. शिपाई : कोई भामटा दिखा पडता है—

प. शिपाई : चोरटा वाटतोय—

घाशीराम : नही, बम्मन हूं— कनौजका हूं— पुणेमें नया हूं—

[दक्षणा घेऊन परत निघालेला एक ब्राह्मण बाराबंदीचा खिसा चाचपून एकदम ओरडतो : चोर-चोर— खिसा कापला— गेली, दक्षिणा गेली हो गेली— बुडालो— मेलो— सरलो— बुडालो हो बुडालो—

यावर रांगेतल्यांचा गलका. घाशीरामवर मार पडतो. झगडत्या घाशीरामला शिपाई फरफटत घेऊन जातात. घाशीराम ओरडतो आहे : 'हमको नानासाबके पास ले चलो— नानासाबको मिला लो— '

रमण्यातून येऊन हे पाहणारा साहेब.]

साहेब : क्या हुआ? उस आडमी को क्यों पीटा?

ब्राह्मण : आदमी नव्हता चोरटा होता, हुजूर. मेल्याने माझी दक्षणा चोरलीन्, हातात किडे पडतील-हात झडतील रांडेच्याचे...

साहेब : चोर तो डुसरा था, हमने डेखा, रमणेके अंदर तुमहारे पिच्छेसे डाक्षिणा लेके वो भाग गया, पूअर फेलो. अच्छा ये लो— (स्वतः त्याला नाणी देतो.)

ब्राह्मण : थांक्यू थांक्यू हुजूर—

[खुशीने जातो. साहेब जातो. त्याच्यामागून दोन-तीन बुभुक्षित ब्राह्मण धावत जातात.

मागे रांग धरलेले ब्राह्मण आता पाठमोरे होऊन :

श्री गणराय...

श्री गणराय...

श्री गणराय नर्तन करी... चे पालुपद घोळवू लागतात.

रक्ताळलेल्या घाशीरामला शिपाई फरफटत आणून टाकतात.]

प. शिपाई : पड रे भामट्या या कोठडीत.

दु. शिपाई : गुमान पड नाहीतर वळेल बघ गठडी. हाणू का पोटाखाली एक? कापल्या बकऱ्यागत तडफडशील...

[दोघे जातात.]

सूत्रधार : (वेशात जुजबी बदल करून घाशीरामला) काय हो, काय हालत?

घाशीराम : (कण्हत) मरणार होतो, जान बचावला.

सूत्रधार : कसे आला?

घाशीराम : नशिबाने. नशीब निकालनेको पुणा आया, मेरी पत्नी और लडकीका नसीब था इसलिये ईश्वरने आज बचाया. पण मी चोरी केली नाही.

सूत्रधार : केली, न केली, या जागेत त्याने काहीच फरक पडत नाही. ही कोठडी, इथे सव्र्यांची एकच पठडी. गुन्हेगार. आम्ही गुन्हेगार, तुम्ही गुन्हेगार. पडा गपगार. जरा आराम करा या दगडाच्या गादीवर. रक्ताच्या अंगाला फरशीचा गारवा बेश. अनुभवाने सांगतोय.

घाशीराम : तुमही कसे आला?

सूत्रधार : तुम्ही म्हणता त्याच्या उलट. तुम्ही म्हणता न करून. आम्ही म्हणतो करून. फकस्त 'न'चा फरक, बाकी सगळे सारखेच तडक. तुम्ही चोर, आम्ही चोर, शिपायांच्या किर्पेवर आपला जोर. आपली चोरी, त्यांना चिरीमिरी. कृपा खलास, आपण खलास. असा आलो.

घाशीराम : पण मी चोरी केली नाही— देवाची शपथ केली नाही— मैं वैसा नही— मैं बम्मन हूं बम्मन— हां— कनौजका हूं—

हसा हो गया, पुणेमें आया हूं— नसीब निकालना था और आबरू खो बैठा. यह क्या हुआ! अब मेरी पत्नीका क्या होगा? मेरी लाडली लडकीका क्या होगा? उनको सुनाई पडेगा तो वे क्या कहेंगे?

सूत्रधार : जो कहना है वह कहेंगे.

घाशीराम : तो ठीक है! यही कहेंगे ना, कि मै चोर हो गया हूं? बस्स! मैं वही हूंगा अब— चोरी करूंना!

सूत्रधार : अगर शिपाई करने देंगे तो. बंदे, चोर अखेर शिपायावरती अवलंबून; नाहीतर निघते हड्डी तिंबून, कधी तुटत, फुटते पण कधी जीवावर गुदरते. चोराची कष्टाची मिळकत, तिच्यात शिपायाची आयती बरकत. तो भागी ठेवतो. चोर साधा चोर तर शिपाई सरकारी चोर. चोराला जगायचे तर शिपायाला सलाम करायचे, त्याला राजी ठेवायचे. हसे द्यायचे हसे. वर कधी होईल मर्जी खफा, होईल घात सफा, बसतील बुक्क्या आणि लाथा, दिसेल कोठडी, पत्ता नाही बाबा. असाच एके दिवशी होणार खेळ खलास. कोणी नाही रडणार, कुणाला याद पण नाही येणार. कशाला येईल? बड्या चोरांच्या दुनियेत एक क्षुद्र चोर कमी होईल. म्हणून बंदे, ईश्वराला शरण जा.

[एक कव्वालीवजा हिंदी भक्तिगीत म्हणतो मृदंग वाजवून. मागे पाठमोरे असलेले ब्राह्मण आता पगड्यांशिवाय वळून साथ करतात गालफडांवर हात धरून. कवाली संपताच सारे पुन्हा पाठमोरे उभे. शिपाई येतात. घाशीरामला बळेच धरून एकीकडे नेऊन प्रेक्षागृहात फेकून देतात.

स्टेजवर ब्राह्मणी, ब्राह्मण, गुलाबी, तिचे चमचे, जार, सारे येऊन उभे पाहत खाली घाशीरामकडे.]

शिपाई : चले जाव! ए चोरा, मर्कटा, परतून या पवितर पुण्यनगरीच्या वेशीमध्ये पाऊल ठेवशील तर डोके मारले जाईल. जा, काळे तोंड घेऊन लांब जा. येऊ नको पुण्यात. तुझी सावली पडता कामा नये या नगरावर पुन्हा. चालता हो, जा!

[शिपाई जातात हात झटकून. स्टेजवरचे सगळे जातात. प्रेक्षागृहात तगमगलेला घाशीराम.]

घाशीराम : (प्रेक्षागृहात कमरेचा मळका शेला सोडून भुईवर आपटून) हां, आऊंगा, पुणेमे आऊंगा, बताऊंगा मेरा इंगा, पडेगा महंगा, लेकिन अब तुमको छुट्टी नही. हूं कनौजका बम्मन, लेकिन अब हो गया हूं शूद्र, गुनहगार, जानवर निकम्मा. नही अब मुझे कोई रोखनेवाला, रुकानेवाला, झुकानेवाला, फसानेवाला, अब हूं मैं शैतान! अंदरसे शैतान और बाहरसे सुव्वर जो मुझे बनाया है तुम लोगोंने. सुव्वरके माफिक आऊंगा, और शैतान होके रहूंगा. मेरे साथ सबको सुव्वर बनाऊंगा. इस पुणेको सुव्वरोंका राज बनाऊंगा! तबही मेरा नाम घाशीराम और मेरे बापका नाम सावळदास सार्थ होगा हां!

[मृदंग एक जोरकस ताल वाजवू लागतो. घाशीराम त्यावर धुळीत मुठी आपटीत एक युद्धनृत्यासारखा नाच करतो आणि प्रेक्षागृहातून ताडताड बाहेर निघून जातो.

रंगमंचावर ब्राह्मण पुन्हा मृदंगाच्या लयीत 'श्री गणराय नर्तन करी आम्ही पुण्याचे बामण हरी' म्हणत झुलत आहेत संथपणे. गणपती येऊन मांडी घालून मधोमध बसतो. दोन ब्राह्मण त्याला मखर लावतात. ताशेवाजंत्री वाजू लागते.]

सूत्रधार : (खांद्यावर उपरणे टाकून येतो कीर्तनकारासारखा) जेहत्ते कालाचे ठायी आज श्री गणेशास आदरभावे नमन करोन—

[ताशेवाजंत्रीच्या गोंगाटात यापुढचे ऐकू येत नाही, पण त्याचे हावभाव दिसत राहतात. आख्यान लावलेले आहे. रंगमंचावरची चार सोडून इतर माणसे आता या आख्यानाचे श्रोते होतात. चारजण कीर्तनात साथीदार म्हणून राहतात. आतून काही ब्राह्मणी वगैरे येऊन श्रोत्यांत बसतात. नाना फडणवीस हाती एक फूल धरून किंचित नाचत येतात. सारे उभे. नाना खुणेने 'बसा' 'बसा' म्हणतात. आता वाजंत्रीचा आवाज बंद. उच्चासनावर नाना. खाली सर्व. नाना फूल हुंगीत स्त्रीवर्ग न्याहाळताहेत, कीर्तनाकडे लक्ष नाही. हरदास बनलेला सूत्रधार गातो आहे एक अभंग. नानांचे लक्ष बारकाईने स्त्रीवर्गावर. कीर्तनातले आवाज मध्येच ऐकू येत नाहीत; फक्त दृश्य. स्त्रीवर्ग अस्वस्थ. कोणी पदर सावरतात.

मग अभंगाची एकदम लावणीच होते. हरदास लावणी म्हणतो आहे. त्यातून एकदम अभंगावर येतो. पुन्हा लावणीत जातो. नानांचा नाद चालू होतो. नानांच्या एकटक नजरेत एक सुकुमार मुलगी. सुंदर अधोमुख निष्पाप.

सगळे हरदासाच्या पाया पडू जातात. नाना त्या मुलीकडेच जाऊ लागतात. ती मुलगी हरदासाच्या पाया पडण्यासाठी निघते. पाया पडते. नानांचा पाय उभ्या जागी अभावितपणे पुढे. सारे जाऊ लागतात. ती मुलगी गणपतीची प्रार्थना करीत मागे राहिलेली. नाना नोकराला दार लावून घेण्याची खूण करतात. हरदास बनलेला सूत्रधार 'प्रोसॅनियम आर्च'च्या म्हणजे रंगमंचाच्या दर्शनी चौकटीच्या बाहेर येऊन उभा.]

नाना : (उल्लू स्वरात) मुली, तूस काय हवे? आं?

[ती दचकल्यासारखी मागे पाहते.]

तुझ्या सर्व मनोकामना, पुऱ्या करील बरे हा नाना.

[तिच्या खांद्यावर हात ठेवतात. ती अंग चोरून दूर होते.]

अगो, अशी लाजू नकोस. हा आमचाच वाडा, हे खासगी दालन, कोणी पाहणार नाही. श्रीमंत नाना फडणवीसाकडे पाहण्याची आज पुण्यात कोणाचा प्राज्ञा नाही.

मुलगी : पाहील.

नाना : पाहील? कोण?

मुलगी : (गणपतीकडे बोट दाखवून) तो.

नाना : तो मंगलमूर्ती? सर्वमंगल गणाधीश? सुखकर्ता? अगो त्यास दोन बायका. एक या मांडीवर, दुसरी त्या मांडीवर. तू बसलीस आमच्या या मांडीवर. तर तो म्हणणार नाही काही त्यावर.

मुलगी : तुम्ही वडील.

नाना : वयपरत्वे. परंतु आम्ही भक्त— या सुडौल मूर्तींचेच फक्त. गमवू नको वक्त. जाती ज्वानी येणार नाही, फुलला बहार टिकणार नाही.

[जवळ जाऊन तिच्याभोवती हात टाकण्याचा प्रयत्न करतात.]

अगो, तू आम्हाला दुसऱ्याच्या मुलीसारखीच...

मुलगी : (दूर होत) मला भीती वाटते

नाना	: भीती? पण आम्हाला तुजविषयी फक्त प्रीतीच वाटते. ओहोहो, काय लाज, काय लाज.
	[पकडू लागतात. ती दूर झालेली. नाना तिचा पाठलाग करू लागतात. ती हरणीसारखी भयभीत होऊन धावते आहे आणि ती हातची सुटून नाना नोकरालाच धरतात. हा घाशीराम, नोकराच्या वेशात तोंड शेमल्याने झाकलेला.]
नाना	: (डोळे मिटलले) ओ हो हो... ओ हो हो...
घाशीराम	: श्रीमंत मैं मर्द हूं, औरत तो भाग गयी.
नाना	: (अपेक्षाभंगाने डोळे उघडून क्रोधायमान होत) कंबख्ता, तुला सुळीच देतो हो थांब! कोण आहे तिकडे? कोण आहे रे तिकडे? कोण आहे?
घाशीराम	: श्रीमंतांच्या हुकमानेच महालात दुसरे कोणी राहिलेले नाही. बंदा पहाऱ्यावर होता.
नाना	: नतद्रष्टा, नालायका... (मुठी चोळताहेत)
घाशीराम	: बंदा दिलगीर आहे, श्रीमंत.
नाना	: दिलगीर? सगळा घात की रे केलास. काय जमला होता बेत. का अडमडलास मध्येच थेट? बोल!
घाशीराम	: हुजुरांनीच येऊन पकडले.
नाना	: आम्हास काय माहीत... हाती सापडले... छे छे... शिकार हातची गेली.
घाशीराम	: पुन्हा हाती घेईल ती.
नाना	: आता कसची येते.
घाशीराम	: शिकारी सज्ज तर शिकार मिळेल!
नाना	: पण 'ती' नाही...
घाशीराम	: तीसुद्धा... नव्हे, तीच!
नाना	: मिळेल का रे? काय नामी इमारत होती रे... तू पाहिलीस? नीट पाहिलीस? उभार, कोवळी... ओहोहो... इतक्या पाहिल्या, इतक्या हाताळल्या, पण अशी नाही. हिची सर नाही. कोण बरे असेल ती?
घाशीराम	: कोणी का असेना. हुकूम झाल्यास बंदा आणून हाजीर करील.
नाना	: करशील? उपकार होतील... नव्हे नव्हे, आम्ही सेवेचे चीज करू. पण कधी रे?

घाशीराम : उद्या, परवा, तेरवा.

नाना : आजच रात्री? आं?

घाशीराम : श्रीमंत, करतो कोशीस, पण नाही खात्री. वाट पाहू नये. विरस होण्याची भीती.

नाना : नाही रे सहन होत कल्पनासुद्धा... काय वस्तू होती रे...

घाशीराम : शिर सलामत तो पगडी पचास.

नाना : यानंतर 'ती' मिळाली नाही तर काहीच सलामत राहणार नाही. संपली मिजास. ती मिळाली तर हा नवकोट नाना हिंदुस्थान जिंकेल तुला सांगतो. काय छाती. नुकत्या उमललेल्या कळ्या की रे... अशा कुस्कराव्यात!

घाशीराम : (दात ओठ खाऊन पुन्हा लीनपणे) हां, हाताच्या पात्या म्यान कराव्यात श्रीमंत, शिकार तो दूर है!

नाना : उद्या तरी नक्की काय रे?

घाशीराम : कोशीस करूंगा.

नाना : (हातची अंगठी काढून देत) ही ठेव. असू दे. हिऱ्याची आहे. मग मिळाली तर जास्त काय? त्याची चिंता नको...

घाशीराम : जी.

['मंगलमूर्ती मोरया' करीत गणेशविसर्जनाची मिरवणूक येते— रंगमंचावर लेझिम वगैरे वाजवीत, गुलाल उधळीत. तिच्यात हत्ती घोडे, सोंगे. एक उग्र सोंग राक्षसासारखे 'मास्क'वाले नाना, नोकर (घाशीराम) आणि गणेशमूर्ती झाकले जातात. मिरवणूक किंचित्काळ रेंगाळून वाजत गाजत आत जाते. तिच्याबरोबर नाना]

सूत्रधार : (हरदासाचे सोंग टाकून)

गणपती गावाला गेले— गावाला गेले— गावाला गेले— नवकोट नाना बोले, पेशवाई डोले—नानांचा दरारा दिसामासी वाढे— दरारा वाऽढे. शत्रूदेखील म्हणती, एक तेवढे नाना, बाकी सब करिती तनाना...

[मागे रांगेने उभे असलेले ब्राह्मण, 'एक तेचि नाना, बाकी सब तनाना, राधेकृष्ण हरी हो गोविंद मुरली, रामाशिवा हरी मुकुंद मुरारी...'चा गजर करीत राहतात. नाना नाचत येतात या गजराच्या लयीवर. ती आधीची सुकुमार मुलगी अधिक टच,

तयार बनून नाचत येते. लय आणि विभ्रम आणि नानांशी शृंगारिक फसव्या हालचाली करीत राहते. नानांना उल्लू करते. ती हाती लागत नाही. मध्ये नोकर (घाशीराम) वारंवार उभा. नाना एकापाठोपाठ त्याच्याकडे इनामे फेकत असतात आणि नाचत असतात मुलीमागे. मृदंग झांजांच्या लयीवर ब्राह्मणांचा गजर चालूच. पाठमोरे ब्राह्मण बागेतील ताटव्यांचे फॉर्मेशन करतात. नाना मुलीचा पाठलाग करतात त्या बागेतून. 'हिराबागामधी, हो सारसबागामधी, हो मोतीबागामधी, मथुरा अवतरली' गजर जोराने चालू, अखेर नाना नोकराकडे (घाशीरामाकडे) चांदीच्या मुठीची काठी फेकून त्या मुलीमागून दिसेनासे होतात. नोकर (घाशीराम) काठी झेलून दात ओठ खाऊन वाकवतो. मग नाना आणि ती मुलगी राधाकृष्णाप्रमाणे नाचत येऊन उभी राहतात. नानांच्या बायका वाटाव्यात अशा सात-आठ खालोखालच्या वयाच्या ब्राह्मणी गोपींप्रमाणे फेर धरतात. नोकर (घाशीराम) रंगमंचावरून खाली प्रेक्षागृहात उतरून रंगमंचावरचे दृश्य पाहत खदखदा हसत राहतो.]

घाशीराम : (मधूनच ओरडतो.)
अब आ गया मुठ्ठीमें... मेरी लाडली बेटी... हैवान...
(मग सरळ प्रेक्षकांना ओरडून सांगतो) मंडळी, ही माझी लाडली बेटी ललितागौरी मी त्या कोल्ह्याच्या दाढेमधी कशी दिली आहे बघा! बघा! हा बाप बघा! आपली पोटची पोर धंद्याला लावणारा हा बाप बघा! बघा, माझ्या मासूम पोरीची कशी धंदेवाली होते आहे बघा! तो जून वातड थेरडा बघा तिची जवानी कशी काकडीसारखी फाडून खातो आहे बघा... माझ्यावर थुंका... माझ्यावर दगड हाणा... बघा, बघा... लेकिन मै छोडूंगा नही, इस पुणेको सुव्वरोंका राजही बनाऊंगा...हां...
[रंगमंचावर ब्राह्मणांचा गजर आणि नाना-मुलगी नाच चालूच. घाशीराम ओरडत प्रेक्षागृहातून निघून जातो, 'बघा, तमाशा बघा... बघा, तमाशा बघा... बघा... टाळ्या पिटा टाळ्या'— रंगमंचावरचा नाच आत निघून जातो.]

सूत्रधार : नवकोट नानांस गौरीशिवाय सुचेना...

सर्वजण : सुचेना.

सूत्रधार : नानांस गौरीशिवाय मुळी चैन पडेना...

सर्वजण : पडेना.

सूत्रधार : नाना गौरीमय झाले, गौरीमय झाले...

सर्वजण : ललिता गौरीमऽय झाऽऽऽले.

सूत्रधार : घरात लक्ष लागेना—

सर्वजण : दारात लक्ष लागेना—

सूत्रधार : कामात लक्ष लागेना—

सर्वजण : रामात लक्ष लागेना—

सूत्रधार : गौरीशिवाय भागेना—

सर्वजण : गौरीशिवाय निभेना—

सूत्रधार : कामात नाना कामातुर होऊ लागले...

सर्वजण : पुंडलीक वरदा गौरी विठ्ठल...

सर्वजण : गौऽऽऽरी विठ्ठल. घाशीराम तुकाऽराम-
[सगळे मागे जातात. पाठमोरे होतात. नाना प्रवेशतात. ते अगतिक. घाशीराम येतो.]

नाना : आणखी एकदाच... घाशीराम... एकदाच चांडाळा...

घाशीराम : जमणार नाही, श्रीमंत. फार झाले. डोक्यावरून पाणी गेले. नाकातोंडात जाऊन मरणाची पाळी येण्याआत थांबले, बरे झाले. एरवी साऱ्या पुण्यात माझी नाचक्की होत होती. लोक मला काय म्हणतील? श्रीमंतांना काय म्हणतील? श्रीमंत मेण्यातून फिरणार; घाशीराम सडकेनेच लोकातून चालणार. ते निभणार नाही. अधिक हातून होणार नाही. आता बास! श्रीमंतांच्या लोभापायी फार वहावलो. पेशव्यांच्या कानावर गेले तर माझी शंभर वर्षेच भरली. झाले गेले गंगेस मिळाले. माझी पोर यानंतर श्रीमंतांच्या वाड्यावर येणार नाही. आता मी तिचे लगीन लावून देणार आहे. मी स्थळ बघतो आहे.

नाना : पण आणखी काही दिवस... अरे नंतर आम्हीच हवे तर पदरच्या कोणाशी थाटामाटात तिचे करून देऊ शुभमंगल...

घाशीराम : नाही.

नाना : घाश्या, या अवज्ञेचे परिणाम काय होतील—

घाशीराम	: चाकर तयार आहे, श्रीमंत. त्या नामुष्कीपरीस ही परवडली. मुलीच्या आईचा काही विचार करा. किती झाले तरी तिची पोटची पोर... अहो उरीपोटी वाढवलेली...
नाना	: आम्हालाही ती आणखी काही दिवसानंतर तशीच, घाशीराम सांग तुझ्या बायकोस, म्हणावे आम्ही तिची सर्व काळजी वाहू हो. तिची मुले आमचीच समजून त्यांचे सारे पाहू...
घाशीराम	: जमणार नाही, श्रीमंत!
नाना	: असा नको रे अडवूस, चांडाळा! अरे तुला काही काळजी?
घाशीराम	: पोटच्या पोरीस तुमच्या तावडीत देऊन तुमच्या इंद्रियाचे चोचले पुरवणारे काळीज, श्रीमंत?
नाना	: गाठ आमच्याशी आहे, ध्यानी ठेव—
घाशीराम	: ध्यानी आहे चाकरास जाण्याची परवानगी द्यावी—
नाना	: मी तीस पकडून वाड्यावर आणवीन—
घाशीराम	: पेशवे अद्याप आहेत, श्रीमंत.
नाना	: तर मग आम्ही काय करू?
घाशीराम	: श्रीमंत, एक मार्ग आहे. लोक बोलणार नाहीत, माझ्या पोरीची चालता बोलता बेअब्रू या पुण्यात होणार नाही, अशी चोख व्यवस्था करण्यात यावी.
नाना	: ती कशी होणार?
घाशीराम	: लोकांची थोबाडे बंद व्हावीत.
नाना	: अरे पण कशी?
घाशीराम	: विलाज सांगितला तर मान्य होईल? खळखळ होता कामा नये...
नाना	: सांग, पण आधी तिला मला भेटू दे रे.
घाशीराम	: ठीक तर मग... श्रीमंत, लोकांची थोबाडे बंद करण्यासाठी मला पुण्याचा कोतवाल करा.
नाना	: (धक्का बसून) काय! कोतवाल? अरे कोतवाली म्हणजे पुण्याची अवघी रखवाली...
घाशीराम	: मान्य नसेल तर राहू द्या— आपणास कोठे खाज आहे.
नाना	: अरे पण फार कठीण ते करणे...
घाशीराम	: श्रीमंत, नानांस काय कठीण? नाना म्हणतील ती पूर्व होते या पुण्यात.

नाना : दुसरे काही सुचव...

घाशीराम : एवढा एकच विलाज. किंवा ललितागौरी या वाड्यावर पुन्हा येणार नाही.

नाना : नको, तिला पाठव. करतो तुला कोतवाल. कधी पाठवतोस?

घाशीराम : सहीशिक्क्यासकट कोतवालीचे लेखी फर्मान हाती आल्यानंतर.

नाना : चांडाळा, तू मला खिंडीत गाठतो आहेस रे...

घाशीराम : हां, माझ्या एकुलत्या एका पोटच्या पोरीच्या खिंडीत!
(एकदम खून चढल्यासारखा होतो.)

नाना : (याने भयभीत) घाशी...

घाशीराम : (एकदम निवळत) फर्मान निघू दे.
[एकजण फर्मानाचे साहित्य घेऊन येतो. नाना कशीबशी फर्मानावर सही करतात. घाशीरामाहाती ते देतात.]

नाना : जा... पाठव तिला लौकर.
[घाशीराम फर्मान नीट जवळ ठेवून मुजरा करून जातो.]

नाना : (हुशारून मिशीवर ताव देत.) जा, घाश्या, अक्करमाशा, केला, केला तुला कोतवाल. खुशाल हमामा घाल. पण या नानाची चाल तुला ठावी नाही. अरे या वेळी ही राजकारणी बंदूक ठासली आहे दुबारी. पहिल्या बारात लोळवीन तुझी लुसलुशीत पोरगी. पण दुसऱ्या बाराने खेळवील हा नाना सारी पुण्यनगरी. घाश्या, लेका तू उपरा, तूस बसवला आहे पुण्यनगरीच्या माथी— कशास? येथल्या तमाम कपटींना परस्पर काटशह. ना तू त्यांस सामील होऊ शकणार, झालास तरी त्यांस नाही तुझा भरवसा वाटणार! कारण तू परका, तू बाहेरचा. आम्ही कोतवालीवर चढवलेला श्वान दारचा. तूस आमचाच आधार. अरे तू अक्करमाशा, घाशा, चित्पावनाच्या वर असणार तुझा झोक. ठेवशील वचक चोख. करशील कारभार सवाई. चिंता नको. पुन्हा होतील आमचे प्रमाद तुझ्या खाती जमा, परस्पर, करनेको हम, भरनेको हमारा कोतवाल. (टाळी वाजवून) सोय खाशी, नानास घाशी. पुन्हा ती लुसलुशीत कोवळी काकडी आयती मोडण्यास हाताशी. वाहवा. हो, घाश्या, कोतवाल हो. या नानाचे तूस आशीर्वाद आहेत हो. [पाठमोरा वळतो.]
[दवंडीवाला येतो रंगमंचावर पुढेच]

दवंडीवाला : ऐका हो ऐका— घाशीराम सावळदास यांस पुण्याचे कोतवाल केले असे होऽ

[गलबला करीत सामोरे होऊन पुढे आलेल्या ब्राह्मणांच्या जमावाआड नाना दिसेनासे होतात. रंगमंचावरचा गलका वाढतो. गलका चालूच. गलका एकदम दबतो. शिंगे, तुताऱ्या, रंगमंचावरचे सर्व लवून उभे.

काही जण पाठमोरे चालत मुजरे करीत प्रवेशतात. मागून घाशीराम कोतवालाच्या भरजरी पोशाखात येतो. डोक्यावर डौलदार मंदिल. पावलांत गुर्मी. घाशीराम वेगळा, उग्र आणि भव्य वाटतो.]

[शिंगे तुताऱ्या वाजत असता : मध्यंतर]

अंक दुसरा

[पहिल्याप्रमाणे बाराजण रंगमंचावर झांजा घेऊन उभे राहतात. सूत्रधार येतो. एकदोन नमनाचे चरण म्हटल्यावर 'श्रीगणराय्'चा संथ गजर मागे बाराजणांत चालू होऊन तो होत राहतो.]

सूत्रधार : पुण्यनगरीत घाशीराम कोतवाल झाले—

इतर : झा ऽ ऽ ले ऽ.

सूत्रधार : त्यांचा कारभार चाले, कारभार चाले, कारभार चाले—

इतर : चा ऽ ऽ ले ऽ.

सूत्रधार : गौरी बोले, नाना डोले, घाशीरामाचा कारभार चाले—

इतर : कारभार चाऽऽले

सूत्रधार : गौरी नाचे, नाना नाचे, घाशीरामाचे फावले साचे—

इतर : फावले साऽऽचे.

सूत्रधार : घाशीराम कोतवालाने फर्मान काढले.

इतर : फर्मान काढले.

सूत्रधार : जुन्या फर्मानांची अंमलबजावणी चोख केली जाईल—

इतर : केली जाईल.

सूत्रधार : परवान्याशिवाय रंडीबाजी बंद

इतर : बंद

सूत्रधार : घाशीराम कोतवालाने हुकूम काढला—

इतर : हुकूम काढला.

सूत्रधार : परवान्याशिवाय प्रेत जाळणे बंद.

इतर	: बंद
सूत्रधार	: घाशीराम कोतवाल म्हणाले, खालच्या जातीच्या माणसाहातचे जेवण घेणे गुन्हा —
इतर	: गुन्हा.
सूत्रधार	: घाशीराम कोतवाल म्हणाले, परवान्याशिवाय बोकड कापणे, पोट पाडणे, गरत्या बाईने धंदा करणे, धंदेवालीची भडवेगिरी करणे, बामणाने अनीती करणे, कोणी खोड काढणे, चोरी करणे, काडीमोड घेतल्या बायलीबरोबर पुन्हा नांदणे, नवरा जिवंत असता दुसरा घरोबा करणे, जात लपवणे, खोटी नाणी चालवणे, जीव देणे, सब गुन्हा आहे...
इतर	: सब गुन्हा आहे.
सूत्रधार	: गुन्हा करील त्यास कडी सजा मिळेल, गय करण्यात येणार नाही...
इतर	: (गुणगुणत) गय होणार नाही, हो गय होणार नाही.
सूत्रधार	: घाशीराम कोतवाल रोज रातची अकराच्या तोफेनंतर पुण्यातून फेरी मारू लागले. फिरू लागले, जातीने अंमल करू लागले, रस्त्यामधी कोणी दिसले हटकू लागले, फटकू लागले, पकडू लागले, परवाना विचारू लागले, धरू लागले, खटले भरू लागले —
इतर	: भरू लागले.
सूत्रधार	: तुरुंग भरू लागले.
इतर	: भरू लागले.
सूत्रधार	: गौरी बोले, नाना डोले, घाशीरामाचा कारभार चाले...
इतर	: (तेच म्हणून) कारभार चाले.
सूत्रधार	: समस्त पुण्यनगरी हवालदिल झाली —
इतर	: झाली हो झाली.
सूत्रधार	: रात्री घरी असण्याची सक्ती झाली —
इतर	: झाली हो झाली.
सूत्रधार	: लग्नाच्या बायकोबरोबर राहण्याची सक्ती झाली —
इतर	: सक्ती झाली.
सूत्रधार	: लग्नाच्या नवऱ्याबरोबर झोपण्याची सक्ती झाली —
इतर	: सक्ती झाली हो सक्ती झाली.

सूत्रधार : नीती पाळण्याची, बाळंत होण्याची, गरती न्हाण्याची, जगण्याचीसुद्धा सक्ती झाली—

इतर : झाली हो झाली

सूत्रधार : बावन्नखणी ओस पडली. हुंगेगिरी बंद पडली. भडवेगिरी भीक मागू लागली आणि खोटी नाणी मोडीत गेली—

इतर : गेऽऽली

सूत्रधार : गौरी नाचे, नाना नाचे, घाशीरामाचे राज्य ये असे—

इतर : (तेच म्हणून) ये असे

सूत्रधार : परवान्याशिवाय सर्व बंद

इतर : बंद म्हणजे बंद!

[दोन दिवटे, दोन गस्तीचे शिपाई बरोबर घेऊन घाशीराम येतो. गस्तीचे शिपाई ललकारत येतात. बाराजण पाठ करून उभे राहतात. सूत्रधार सटकू पाहतो.]

घाशीराम : (त्याची मानगूट पकडून हसत) बेवकूफ! बरा सापडलास! कोठे चालला होतास?

सूत्रधार : असाच, सरकार.

घाशीराम : चोरी करण्यास?

सूत्रधार : नाही सरकार.

घाशीराम : मग शिंदळकी करण्यास?

सूत्रधार : नाही, नाही सरकार.

घाशीराम : (त्याच्या कानाखाली वाजवून) खरे बोल.

सूत्रधार : नाही, नाही सरकार.

घाशीराम : मग कोठे?

सूत्रधार : घरी...

घाशीराम : कोणाच्या घरी? (दणका देतो.) खरे बोल. कोठल्या कुलटेला भेटण्यास चालला होतास?

सूत्रधार : नाही सरकार, माझ्याच घरी.

घाशीराम : मग इतक्या रातसर बाहेर कसा? (लाथ घालतो.) सांग लौकर. बोल.

सूत्रधार : सरकार, सुइणीला बोलावा करण्यास गेलो होतो...

घाशीराम : सुइणीला? कोण बाळंत होते आहे?

सूत्रधार : बाईल.

घाशीराम : मग इतक्या अपरात्रीच ती कशी बाळंत होते? (फटका हाणून) सांग ताबडतोब.

सूत्रधार : वेळ भरली.

घाशीराम : मग आहे कोठे सुईण?

सूत्रधार : येई ना. परवाना नाही म्हणाली. पहाटे चारच्या तोफेनंतर येईन म्हणाली.

घाशीराम : अच्छी बात है. मग तुझ्याजवळ परवाना आहे? बोल...

सूत्रधार : नाही, सरकार.

घाशीराम : का नाही? परवान्याबिगर अपरात्री रस्त्याने फिरतोस? फटके मिळतील?

सूत्रधार : दया करा सरकार.

घाशीराम : (दणका हाणून) परवाना का काढला नाहीस?

सूत्रधार : आधी ठाऊक नव्हते, बायकोची वेळ रात्री भरेल...

घाशीराम : काय! बायकोचे बाळंतपण कधी होणार तूस ठावे नाही? बायको तुझीच ना?

सूत्रधार : हो सरकार, मारू नका...

घाशीराम : (शिपायांना) जा रे, याच्याबरोबर जा. घरी जाऊन नक्की खातरजमा करा. खोटे बोलत असेल तर उघडा करून पंचवीस फटके हाणा. चोर, जार, रंडीबाज असेल तर कोठडीत फेकून राखेच्या भाकऱ्या चारा, जा!

[सूत्रधार आणि एक शिपाई जातात. बारा पाठमोरी माणसे तशीच उभी. घाशीराम मिशीवर पीळ भरीत उभा.]

घाशीराम : सहा महिन्यांत या चवचाल शहरास वठणीवर आणतो.

(एकदम) हा कसला आवाज? पुन्हा! पुन्हा! रात्रीच्या वक्ताला घरात काय करतात हे?

[बारापैकी सातव्याच्या पाठीवर ते दार असावे तसा दोनदा तीनदा ठोठावतो.]

दार उघडो पहिले!

[तो माणूस सामोरा होऊन पुढे होऊन उभा डोळे चोळीत.]

सातवा : काय आहे?

घाशीराम : अंदर क्या चला है?

सातवा : माहीत नाही.

घाशीराम : (दंड हिसकून) सीधा बोल! खरे बोल! खोटे बोलशील तर जीभ छाटून टाकीन. आत आवाज कसले चालू होते?

सातवा : कसले नव्हते.

घाशीराम : ईश्वरसाक्ष बोल. आम्ही या कानांनी ऐकले आहेत.

सातवा : मग कशाला विचारता कसले ते?

घाशीराम : (त्याची शेंडी पकडून) बोल आधी! नाहीतर उपटून काढीन शेंडींचा केस न् केस!

सातवा : (घाबरून) क-काही-नाही-खरेच-संसारी माणसाच्या घरी आणखी कसले आवाज येणार? झोपलो होतो आम्ही... जाग आली म्हणून...

घाशीराम : आत कोण आहे?

सातवा : बायको.

घाशीराम : खरे सांगतोस?

सातवा : रामाशपथ आजच माहेराहून आली.

घाशीराम : (दुसऱ्या शिपायाला) जा रे, आत जाऊन बघून ये. काही भानगड दिसली तर खेच बाहेर.

(सातव्याला) तू इथेच थांब.

[शिपाई पाठमोऱ्या माणसांच्या रांगेवाटे आत जातो.]

(मिशी पिळीत) एकजात सगळे सोदे, लफंगे, रंडीबाज, नरम आणतो.

[शिपाई रांगेतून बाहेर येतो एका गरत्या बाईला धरून. ती विस्कटलेली. फणकाऱ्याने येते. गडबडीने सारखी होते. पदर सावरून उभी.]

शिपाई : आत होती, सरकार.

घाशीराम : (न्याहाळीत) काय बाई, गरतीच आहात ना?

[बाई ओठ चावून खाल मानेने रुकार देते.]

मंगळसूत्र दाखवा बरे.

[ती दाखवते.]

खरे की शोभेचे आहे? याचेच की कोणाचे?

बाई : (कशीबशी) इकडचेच.

घाशीराम : (तो सातवा आणि ती बाई यांच्याकडे मिशीवर पीळ भरीत आळीपाळीने पाहत) खरे वाटत नाही. पुरावा आहे काय?

सातवा : पुरावा...

घाशीराम : (शिपायाला) ए, शेजारची दारे ठोठाव. उठव सगळ्यान्ला.
[शिपाई पाठमोऱ्या आठव्याच्या पाठीवर थापा मारतो. तो वळून झोपाळलेला पुढे येऊन उभा.]

आठवा : (कन्नडमध्ये) काय आहे?
[शिपाई इतर तिघांच्या पाठी ठोकतो. जवळजवळ सगळेच जमतात सामोरे होऊन]

सगळे : (हिंदी, तामीळ, तेलुगू भाषेत) काय झाले? काय झाले
[ती बाई शरमेने ठार झालेली.]

घाशीराम : (खुणांसकट) ही बाई— ही याच्या घरात मिळाली. ही याची लग्नाची बाईल आहे? खरे बोला नाही तर हाडे मोडतील— खरे बोला! नाही ना? नाही ना, बोला—
[सगळे नकार देतात.]

घाशीराम : (खुशीने) ये बात! कसे जाणले लबाडांनो? (शिपायांना) बांधा रे मुसक्या यांच्या आणि न्या चौकीवर. उद्या न्याय करतो त्यांचा. अनीती करतात!
[शिपाई दोघांना नेतात ढकलीत. मग जमलेले सर्व घरोघरी गेल्याप्रमाणे आपापल्या जागी जाऊन पाठमोरे रांगेने उभे.]

घाशीराम : (दिवट्यांना) अैसा कान तयार पाहिजे. कुठे खुट्ट झाले तरी अनाचार कळला पाहिजे. कोतवालीचा सक्त दरारा राहिला पाहिजे. चलो.
[घाशीराम आणि बरोबरीचे जातात. पाठमोरे अकरा सामोरे होतात.]

अकरा : अशा प्रकारे घाशीराम कोतवालाच्या जाचाने, त्रासाने समस्त पुण्यनगरी हवालदील झाली, हवालदिल झाली—

सूत्रधार : (रांगेमधून पुढे येऊन) हवालदिऽल झाऽली.

अकरा : पण कोण करतात काय, कोण करतात काय?

सूत्रधार : घाशीरामाच्या पाठी पेशव्यांच्या परधानाचा पाय. हात लावावा तर पाय तुडवतो. पाय जपावा तर घाशीरामाचा जाच असह्य होतो. घाशीराम कोतवाल—

अकरा : माऽतला. उतला. उधाणला.

सूत्रधार : त्याच्या मग्रुरेला—

अकरा : शिमा राहिली नाही, हद्द उरली नाही.

सूत्रधार : पण उपाय काय?

अकरा : उपाय नाय.

सूत्रधार : बोला, रामाशिवा हरी...

अकरा : मुकुंद मुरारी
राधेकृष्ण हरी
गोविंद मुरली...

[गजर चालू, पाठमोरे होऊन उभे.
या गजरात रंगपंचमी साजरी करीत नाना आणि गौरी आणि नानांच्या बायका नाचत येतात. रंग उडवताहेत. हसताहेत. खिदळताहेत. रंगपंचमीची लावणी. नाचणारी गुलाबी येऊन लावणीवर उत्तान नाच करते. नाना हातचे कडे काढून देतात. खूश होऊन गौरी धुंद. नाना धुंद.
डाउन स्टेजला कोपऱ्यात लष्करी वेषातला एक इंग्रज अधिकारी येऊन हे सर्व पाहत उभा. पाठमोरे असलेले रांगवाले आता रंगमंचावर पुढेच येऊन हे दृश्य झाकतात. लावणी चालूच.
घाशीराम, शिपाई पुण्यातून फिरत आहेत.]

घाशीराम : आपली बायको आणखी आपला नवरा सोडून कोणाच्या अंगावर रंग उडवताना शहरात कोण दिसले तर लागलीच मुसक्या बांधा त्यांच्या. नीतीचे रक्षण झाले पाहिजे! बोंब मारताना अश्लील भाषा करतील त्या ब्राह्मणांस पकडून न्या. उखाण्याशिवाय नुसती बोंब चालेल. नीट कान देऊन राहा. डोळे फाडून लक्ष ठेवा. परवाने विचारा.

[शिपायांसकट जातो. पुढे आलेले पाठमोरे रांगवाले सर्व फुटून पुन्हा रंगमंचाच्या मागील बाजूस जातात.
नाना-गौरी दृश्य आणि लावणी पुढे चालू.
एक बाई धावत येते.]

बाई : सरकार, फिर्याद घ्या. माझ्या नवऱ्याला आणिक दीरांना कोतवालाच्या शिपायांनी धरलंय. माझ्या सासऱ्याचं मर्तिक घडलं. त्याला चितेवर ठेवू देत नाहीत. जाळण्याचा परवाना खरा हाय, पण बनावट म्हणतात, सरकार, सकाळधरनं

सासऱ्याचं प्रेत समशानात पडलंय. कुत्री जमलीत, सरकार... तुम्हीच न्याव करा...

नाना : (विरस झाल्याप्रमाणे) कोण आहे रे तिकडे? त्या बाईस आधी बाहेर न्या बरे. परवानगीशिवाय आत कोणी सोडले तीस? सगळ्या फिर्यादी बयादी कोतवालाकडे. जा. कोणास आत सोडू नका.

[नोकर बाईला नेतात.]

(लावणी नाचणारणीला) हां, चालू दे... चालू दे... काय गो तुझा नखरा... वा, वा—

[नाचगाणे पुढे चालू, त्या तालावर मागचे पाठमोरे रांगवाले सर्व नाचत रंगमंचापुढे येतात. आता हे पुन्हा बारा आहेत. नाचगाणे झाकले जाते. थांबते.

पुढील सर्व रांगवाले पागोटी पगड्या घालून रांगेने प्रेक्षकांस सामोरे उभे.]

सूत्रधार : दिवस सरले, महिने उलटले, सालाबादप्रमाणे सत्कारासाठी पुण्यपत्तनस्थ शास्त्री पंडित भट भिक्षुक पुन्हा रमण्यात जमले.

रांगवाले : रमण्यात जमले...

[घाशीराम रांगेमधून पुढे येतो. रांगेतल्यांना शिस्त ठेवण्याच्या नावाखाली हाताळू लागतो. शिव्या घालतो. दक्षणा मिळालेले तृप्त चेहऱ्यांचे काही ब्राह्मण उलट्या दिशेने येऊन आत जाऊ लागतात. त्यातला एक एकदम ओरडू लागतो. 'लुटले हो लुटले, मला लुटले' गडबड, गोंधळ, घाशीराम हुशारतो. त्या ब्राह्मणामागून चालणारा ब्राह्मण एकदम घाबरून पळू लागतो.]

घाशीराम : पकडो-पकडो हरामखोरको- मुसक्या बांधा हरामखोराच्या. सोडू नका त्याला- भागो-

[त्या पळत्या ब्राह्मणाकडे सैनिक व इतर धावतात. त्याला धरून आणतात. तो मनस्वी भयभीत, गयावया करतो आहे.]

सापडला! ब्राह्मण कुळीत जन्मास येतो आणि चोरी करतो? (त्याच्या कानाखाली वाजवतो.)

निकम्मे!

ब्राह्मण	: नाही सरकार— नाही हो नाही— मी चोरी केली नाही, रामाशपथ नाही— मी कधी तसले वर्तन केले नाही, तुळशीशपथ नाही—
	(गयावया करतो आहे.)
घाशीराम	: झडती घ्या त्याची.
	[ब्राह्मणाची झडती घेतात. काही सापडत नाही.]
घाशीराम	: मुद्देमाल याने वाटेत कोठे टाकला नसेल कशावरून? तपास घ्या, जा. (ब्राह्मणास) आज तुला ब्रह्मांडाचेच दर्शन घडवतो, थांब! कुळबुडव्या! अवघ्या ब्राह्मण जातीस तू कलंक आहेस?
सैनिक	: (येऊन) महाराज मुद्देमाल वाटेत कोठेच सापडला नाही...
घाशीराम	: काय? सापडला नाही? (मिशीवर पीळ भरीत) तरी हरकत नाही. चाप लावला की मुद्देमाल झक्कत सापडेल! जातो कोठे?
ब्राह्मण	: (रडत) महाराज, मी गुन्हेगार नाही हो नाही– (पायाशी कोसळून भेकतो.)
घाशीराम	: मग काय उगाच त्या बापड्या सज्जन ब्राह्मणाने लुटल्याची बोंब ठोकली? कोठे आहे तो?
	[जमलेले शोध घेतात.]
सैनिक	: महाराज तो तर कोठेच नाही.
घाशीराम	: काय? कोठेच नाही? असे कसे होईल? मग तो बोंब कशास ठोकील?
ब्राह्मण	: (रडत) कारण तो माझ्या वाईटावर होता— त्याच्या चार श्रावण्या मस मिळाल्या— परंतु यात माझा काय अपराध? तो म्हारणीशी संग करतो अशी बोलवा उठली— त्यास वाटते मी उठविली— पण मी काही केले नाही— रामाशपथ नाही— त्याने मजसी उगा वैर मांडिले आहे, मला वाचवा! (भेकतो.)
घाशीराम	: (मिशीवर ताव मारीत) अच्छी बात, दिव्य करतोस ब्राह्मणा? रव्यास उरतोस?
	[ब्राह्मण गडबडलेला]
	खरे बोलतोस ना? मग कर दिव्य. पाहू, तुझी परीक्षाच.
	[ब्राह्मण थरथरतो आहे.]

गुन्हा कबूल कर नाहीतर रव्यास उतर ब्राह्मणा! कोण आहे रे? यास कोठडीत फेका. उदईक पहिल्या प्रहरी याच्या दिव्याची व्यवस्था करा. जाव...

[ब्राह्मणाला नेतात. घाशीराम दुसऱ्या बाजूने जातो. रांगवाले 'पुंडरीक वरदा'चा गजर करतात. पाठ करून उभे. आता हे अकरा.

ब्राह्मण एकटाच येऊन बसतो. कोठडीत आल्यासारखा गुडघ्यात डोके खुपसून.]

सूत्रधार : रात्री झाली.

रांगवाले : (अस्पष्ट) झाऽली.

सूत्रधार : मध्यरात्र झाली, उत्तररात्र झाली... ब्राह्मणास झोप काही येईना.

रांगवाले : येईना.

सूत्रधार : शिपाई आले.

[सैनिक येतात. सूत्रधाराच्या वर्णनानुसार सर्व माइम करतात.]

सूत्रधार : ब्राह्मणाच्या उजव्या हाताचे बोटांची नखे काढली, बोटे लिंबूसाबण लावून धुतली.
बोटांवरील खाणाखुणांची नोंद झाली.
पंजे थैलीत घालून मोहर केली.
दिव्याची तयारी झाली.

रांगवाले : (हळूच) ग्यानबा तुकाऽराम...

[सैनिक गेलेले]

सूत्रधार : पहिला प्रहर उजाडला.

रांगवाले : उजाडला.

[यातला एकजण कोंबड्याची बांग देतो.
दुसरा बांग देतो.
ब्राह्मण बसल्या बसल्या झोपला आहे. तो जागा होतो.]

सूत्रधार : दिव्याची वेळ पातली.
सात मंडले काढली.
[रांगवाल्यातला एकजण याचे माइम करतो.]
अग्निकुंडाय नमः।
[दुसरा अग्निकुंड चेतवल्याचे माइम करतो.]

लोहार आला. लोखंडी गोळा लाल होईपर्यंत तापवला.
[तिसरा याचे माइम करू लागतो.]
गोळा तापला, गोळा तापला.
गवत टाकताच चरचरून जळू लागले इतका तापला.
मोहर तपासून थैलीतून हात बाहेर काढला.
[माइम चालू.]
दोन हातांवर सहा पाने
तूप चोळले त्यावरने
चीरपत्र भालपत्र ब्राह्मणाच्या मस्तकी बांधले.

रांगवाले : ग्यानबाऽ तुकाराम

सूत्रधार : कोतवालाची सवारी पातली.
[घाशीराम येऊन उभा राहतो.]

सूत्रधार : ब्राह्मणातोंडून जबानी वदवून घेतली. महाराकडले पाणी एका कुंडात आणि मांगाकडले दुसऱ्या कुंडात. पाण्याची शपथ घेतली. दिव्यास सुरुवात झाली, सुरुवात झाली—

रांगवाले : सुरुवात झाली.
[कसलेसे मंत्र हलक्या स्वरात गुणगुणू लागतात.
मंत्र चालू असता लोहार लाल गोळा माइमने उचलतो.
ब्राह्मणाकडे येतो.
प्रसंगाचे गांभीर्य जाणवावे.
ब्राह्मणाचे हात पुढे धरलेले. थरथरताहेत.]

ब्राह्मण : (एकदम मोठ्यांदा बकऱ्याप्रमाणे ओरडू लागतो.) नका हो नका, माझे हात भाजतील हो— नको, नको—

घाशीराम : (मिशी पिळीत विकट हसत) धरा रे त्याला घट्ट! हात पुढे धरा त्याचे. (सैनिक हे करतात. ब्राह्मणास) आता का? जबान खरी आहे नव्हे तुझी?

ब्राह्मण : आहे— तुळशीशपथ...

घाशीराम : मग भितोस कशास रे ब्राह्मणा? खऱ्यास कशाची डर? दिव्य होणार?

ब्राह्मण : नको— सोडा हो मला— आई ग— नको—

घाशीराम : दिव्य होणार! दिव्य होणार! धर्मभ्रष्टा, आज दाखवतोच तूस काय ते. आणा रे तापला गोळा. धरा त्याचे हात. घट्ट धरा.

चिल्ला केला तरी सोडू नका मुळीच! भाजू देत खरपूस. चामडीचा वास आला पाहिजे, वास!

[ब्राह्मण बोंबलत असतो. गोळा त्याच्या हाती बळेच ठेवल्याचे माइम. ब्राह्मण मोठ्यांदा ओरडत राहतो. मग गोळा बाजूला पडल्याचे माइम. ब्राह्मण भुईवर गडबडा लोळत गुरासारखा ओरडत राहतो. घाशीराम हे सर्व रूची घेऊन पाहतो आहे. मिशीवर ताव देतो आहे.]

घाशीराम : बोल, खोटे बोललास का नाही?

ब्राह्मण : (ओरडत) नाही...

घाशीराम : बोलला नाहीस? मग हात कसे पोळले? खोटे बोललास का नाही?

ब्राह्मण : नाही, नाही...

घाशीराम : परतून खोटे. आणा तो गोळा आणि ठेवा पुन्हा हरामखोराच्या हातावर.

ब्राह्मण : नको, नको...

घाशीराम : मग कबूल कर ब्राह्मणा! चोरी केलीस का नाही?

ब्राह्मण : (कण्हत) नाही...

घाशीराम : नाही? मग घे गोळा हातावर, कर दिव्य, उतर रव्यास. आणा तो गोळा इकडे. पकडा त्याचे हात.

ब्राह्मण : (जीवाच्या आकांताने) नको... केली, मी चोरी केली कबूल करतो.

[घाशीराम खदखदा हसत राहतो.]

घाशीराम : (भोवतालच्यांना) ऐसी हुशारी पाहिजे. चोर कसा कबूल होत नाही? जा, याचे दोन हात तोडून यास पुण्याच्या हद्दीबाहेर घालवून द्या. ब्राह्मण कशी चोरी करतो, पाहतो!

(घाशीराम निघून जातो मिशीवर ताव मारीत.)

ब्राह्मण : (तळतळून) मी चोरी केली नाही, मी चोरी केली नाही, मी चोरी केली नाही... म्या गरीब निरपराध ब्राह्मणास पकडून त्यास क्लेष देणाऱ्या घाशीरामा, तुझे निसंतान होईल... तूस स्वतःस माझ्याहून घोर क्लेश सहन करावे लागतील... अरे कुत्र्याच्या मौतीने टाचा घासघासून मरशील रे मरशील...

[हे तो किंचाळत असतानाच सूत्रधार आणि इतर रांगवाले एकदम
'राधेकृष्ण हरी
मुकुंद मुरारी
...चा गजर स-वाद्य जणू हा आक्रोश बुडवून टाकण्यासाठीच सुरू करतात. रंगमंच झाकून उभे राहतात. मागले दृश्य दिसेनासे आणि मग ऐकूही येईनासे होते. फक्त हा गजर.]

सूत्रधार : वसुली—

रांगवाले : वाढली.

सूत्रधार : गुन्हेगारी

रांगवाले : घटली

सूत्रधार : घाशीरामाच्या दराऱ्याने पुण्यनगरी नुसती चळचळा कापू लागली.

रांगवाले : कापू लागली.

सूत्रधार : चोर— जार वठणीवर आले.

रांगवाले : भले भले जेर झाले.

सूत्रधार : अनाचार थंडावले आणि सदाचार देखील मंदावले.

रांगवाले : घाशीराम-राज्य आले, घाशीराम-राज्य आले.

घाशीराम : (येऊन मिशीवर ताव देत) कोतवाली हासिल केली, पुण्याची निय्यत सुधारली. इथली सगळी बेशिस्त, उद्दाम ब्राह्मण जमात कशी मऊसूत आणली. या घाशीरामाकडे आज वर डोळ्याने टाकण्याची कोणाची हिंमत उरली नाही. आता एकदा माझी लाडली बेटी—माझ्या जिवाचा तुकडा—ललितागौरी हिच्याकरिता एखादा साजेसा नवरा शोधून तिचे एकदा लगीन लावून दिले की सगळे मनाजोगते झाले. ऐसा थाट उडवतो लग्नाचा की माझ्या बेटीबद्दल वाकडा शब्द उच्चारण्याला कुणाची जीभच उचलू नये आणि उचलली गेलीच तर ती छाटण्याला काय उशीर? तर आता आधी नवऱ्या मुलाचा शोध केला पाहिजे. भरपूर पैसा, डागडागिना, मानपान सर्व असल्यावर नवरा मुलगा मिळण्याला काय उशीर? त्यात माझ्या बेटीचे रूप म्हणजे लाखात एक आहे. लगोलग माणसे धाडतो आणि व्यवस्थेस लागतो—
(जातो.)

[मागे उभे असलेले रांगवाले 'श्री गणराय'चा गजर सुरू करतात. रांगेपुढून पहिल्या भागाच्या आरंभीचा रांगेतला भिक्षुक छाती पुढे काढून तुरुतुरू जाऊ लागतो.]

सूत्रधार : भटजीबोवा, भटजीबोवा, थोपा.

भटजी : दूर हो, वेळ नाही.

सूत्रधार : एवढे काय आज ब्रह्मकार्य काढले?

भटजी : अरे मेल्या विचारलेस? केलीस घाण? झाले?

सूत्रधार : कोणास झाले? काय झाले? मुलगा की मुलगी?

भटजी : पुरे रे तुझी सलगी. चल, जाऊ दे मस.

सूत्रधार : भटजीबोवा, कोण?

भटजी : काय कोण? कशाचे कोण?

सूत्रधार : कुणाचे?

भटजी : काय कुणाचे? लगीन?

सूत्रधार : (टाळी पिटून) उमजले.

भटजी : तुझे मढे उलथले. जातोच कसा मी...

सूत्रधार : कुणाचे लगीन भटजीबोवा? कुणाशी? सांगा ना—

भटजी : तुझ्या आयशीचे तिच्या घोवाशी. जातोच मी. उशीर झाला ना. हा चाललो...

सूत्रधार : दक्षणा भारी मिळणार दिसते...

भटजी : मग? लगीन कोणाकडले? पण तुला रे कसे माहीत?

सूत्रधार : तुम्हीच तर सांगितले.

भटजी : काय, मी? नानांचे लगीन म्हणून? शिव शिव!

सूत्रधार : (टाळ्या पिटून) लगीन नानांचे!

भटजी : अरे मेल्या...

सूत्रधार : नानांचे सातवे लगीन निघाले! खरे का नाही भटजीबोवा?

भटजी : अरे हळू मेल्या, माझा जीव घालवशील!

सूत्रधार : तो कसा?

भटजी : हो असा— वाड्यावर चाललो आहे. घाटते आहे. म्हणजे जवळ जवळ ठरलेच म्हण ना. पण अद्याप गुप्त आहे. मी बोललो कळले तर तो घाशीराम कच्चा सोलील मस! ऐकून न ऐकल्यासारखा अस. जातो मी. मुलीस नुकते चौदावे लागले आहे बघ. काय?

सूत्रधार	: हाय— नव्हे, होय. जा तुम्ही. या कानाचे त्या कानास कळणार नाही.
	[भटजी घाईने जातो.]
	(मागून जात) भटजीबोवा-भटजीबोवा- (नाद सोडतो.) हे एक भटजीबोवा गेले...
	[मागून दुसरा जातो.]
	हे दुसरे गेले- हे तिसरे गेले-
	[तिसरा जातो.]
	चौथे गेले, पाचवे गेले, सहावे गेले... साडेसत्तावीस भटजीबोवा गेले... [सर्व वेगवेगळ्या पद्धतींनी जातात.]
	वाड्यावर नानांच्या सातव्या लग्नाची तयारी चाले—
रांगवाले	: तयारी चाले
सूत्रधार	: लग्नाची तयारी चाले, लग्नाची तयारी चाले, नानाच्या लग्नाची तयारी चाले—
रांगवाले	: तयारी चाले.
	[स्टेजवर जुन्या पद्धतीच्या ब्राह्मणी लग्नापूर्वीच्या विधींचे आणि लगबगीचे माइम सुरू होते.]
सूत्रधार	: (गळ्यावर आणि ढोलकीवर)
	माझ्या नानाचं लगीन
	नवरी अजुनि लहान
	माझ्या नानाचं लगीन
	नवरी आणली कवळी कवळी
	बांधा जैसा शेंग चवळी
	लाजरी बुजरी गोरी बाळी
	औंदा आलं न्हाण
	माझ्या नानाचं लगीन
	[स्टेजवर सामुदायिक माइम चालू]
	ब्राह्मण आले
	मुहूर्त धरला
	[स्टेजवरचे माइम तेवढे चालेपर्यंत हे घोळले जाते.]
	वऱ्हाडी जमले

मांडव पडला
[रंगमंचावर याचे माइम]
डागडागिने
थाट मांडिला
[रंगमंचावर याचे माइम]
वाजंत्र्या वाजती
माझ्या नानाचं लगीन.
औंदा आलं न्हाणं
माझ्या नानाचं लगीन
[रंगमंचावर लग्नविधी]

सूत्रधार : लग्नाला चला—
लग्नाला चला—
[रांगवाले माइम करीत हे म्हणत राहतात.]
लग्नाला चला तुम्ही लग्नाला चला तुम्ही लग्नाला चला तुम्ही
लग्नाला चला—
सखुबाई
साळुबाई
काळुबाई
सईबाई
लग्नाला चला-
पेशव्याचा परधान
अजून लग्नाला तर ल्हान
नुकतीच पिकली मिशी
पुरती नाहि पडलि बत्तिशी
त्याची नाहि पडलि बत्तिशी
आदल्या बायका सहा
त्यानी भागत नाही पाहा
म्हणून केली नवी
तिला पाठराखण हवी
म्हणून
सखुबाई, साळुबाई, काळुबाई, सईबाई
लग्नाला चला...

[रंगमंचावर माइम चालू. नवरीला आणतात. मुंडावळ्यात चेहरा दिसत नाही. सूत्रधार हे पारंपरिक गाणे म्हणत राहतो. मध्येच हे सोडून—]

(सर्वांसह)

झुनझुन वाजंत्री, वाजती
म्होरं कळवतनी, नाचती

[नानांना मुंडावळ्या बांधून आणतात.]

नवरा आला येशीपाशी
नवऱ्या नवरी कशी नेशी
देईन मोहरा तिनशे दान
नवरी विकत नेईन
माझ्या नानाचं लगीन
नवरा आला बोहल्यापाशी
नवऱ्या नवरी कशी नेशी
देइन जमीन मोठी इनाम
नवरी विकत घेईन

[रंगमंचावर अंतरपाट धरला जातो. सूत्रधार मंगलाष्टके म्हणू लागतो. इंग्रज येऊन उभा हे पाहत. शेवटी गजर : 'शुभमंगल सावधान! वाजवा रे वाजवा—' ताशा वाजंत्री मोठमोठ्यांदा वाजवतात.

घाशीराम घाईने येऊन पोचतो तिथे. कमालीचा अस्वस्थ. नाना आणि त्यांच्या नव्या बायकोची वरात रंगमंचावरून फिरून आत जाते. वरातीत इंग्रज.]

घाशीराम : (वरात आत जात असता) कहां है मेरी बेटी, कहां है?

[वरात जाते. एकटा घाशीराम रंगमंचावर उरतो.]

घाशीराम : (तडफडून) कहां है मेरी लाडली कहां है? नाना, आता तू आहेस आणखीन मी आहे!

[जातो, जणू नानाच्या मागावर विंगेत रांगवाले गुणगुणत राहतात.

'रामाशिवा हरी
मुकुंद मुरारी'...

[दुसऱ्या बाजूने नाना आणि नवी नवरी येतात शय्यागृहात आल्याप्रमाणे. ती एकीकडे उभी थरथरत. नाना जाकीट काढून टाकतात. अंगरख्याच्या बाह्या मागे सारतात. तिच्याकडे जाऊन तिच्याशी चाळे करू लागतात. ती जास्तच थरकापते आहे.]

नाना : अगो लाजू नकोस, लाजू नकोस... किती लाजावे बाई माणसाने — आं? सोड हो लाज — (तिला धरण्यास जातात.)
[मागे घाशीराम कोठून तरी वाघासारखा उडी घेऊन आलेला. हातात तलवार.]

घाशीराम : नानासाब, कहाँ है मेरी गौरी?

नाना : आं? (मनस्वी धसकलेले, बोबडी वळलेली.) कोण-घा- घाशी?

घाशीराम : माझी बेटी कुठे आहे नानासाब?

नाना : असेल— असेल कोठे... मी नाही पाहिली... मी तर लग्नाच्या गडबडीत...

घाशीराम : (हात चोळीत) नानासाब, सचमुच बताव नही तो...

नाना : (घाशीरामचा अवतार पाहनू गळाठत) न-नको रे-नको, घाशी... ऐक तरी...

घाशीराम : माझी पोर कुठे आहे तेवढे सांगा नानासाब-बस्स-आज दहा दिवस कोणास दिसली नाही-

नाना : मला खरेच... माहिती नाही रे घा...

घाशीराम : (एकदम आक्रमक पवित्रा घेऊन) बताव नही तो अबके अब...

नाना : हो-बतावतो-ती-ती ना-ती-(मग) चंद्रा सुइणीकडे...

घाशीराम : (भयंकर क्रूर चेहरा) क्या!
[नाना मनस्वी भेदरलेले. त्यांची वधू भेदरलेली. क्षणभर वाटते की घाशीराम नानांना उभे फाडणार. पण तो असे काही करीत नाही.] चंद्रा सुईण कसब्यातलीच ना?

नाना : (अद्याप घाबरललेच) हां... तीच...
[घाशीराम स्वतःवर ताबा मिळवून घाईने निघून जातो. नाना दम खातात. मग सावरतात.]

(वधूला) घाबरलीस गो. अगो करणार काय होता तो घाश्या या नानाचे? पूर्वज उतरले पाहिजेत त्याचे, पूर्वज. या हातच्या एका हुकुमासरशी निकाल करील हा नाना त्याचा... चल तू... चल हो...

(तिला घेऊन आत जातात. जाताना एक पाय जरासा थरथरतोच आहे.)

मुंग्या आल्या वाटते पायास—

(थांबून टाळी वाजवून) कोण आहे रे तिकडे?

सूत्रधार : (येऊन) जी.

नाना : त्या घाश्यास यानंतर महालात प्रवेश म्हणून देऊ नका. कळले? पहारे वाढवा. आमच्या भोवतीचे रक्षक वाढवा. जा.

(नाना वधूला पुढे घालून जातात.)

(दुसरीकडून श्वापदासारखा, पदरात तोंड लपवलेली एक काळीकुट्ट बाई— चंद्रा सुईण— पुढे घालून घाशीराम येतो.)

घाशीराम : कहां है मेरी लाडली बेटी? बताव कहां है?

चंद्रा : (मनस्वी घाबरलेली) तिथं—तिथंच पुरलं तिला—

घाशीराम : कहां? यहां?

[बसून श्वापदासारखा तेथली माती उकरण्याचा अभिनय करतो. मग बाजूला जाऊन फावडे आणल्याचे दर्शवून त्याने माती भसाभसा खणल्यासारखे दाखवतो आणि काही दिसून एकदम तोंड लपवतो.]

ओह मेरी बेटी! मेरी गौरी! मेरे कलेजेका टुकडा! ओह! ओह! ओह! ओ-ह! क्या हुआ यह तेरा? क्या हुआ? क्या किया यह वो शैतान नानाने? हैवान!!!

[उठून उभा राहतो. पायांनी माती लोटतो पुन्हा. खून चढलेला चंद्राकडे लक्ष जाते. ती जिवाच्या भयाने कापते आहे.]

तू घेतला जान माझ्या प्याऱ्या पोरीचा...

(तिच्या गळ्याला ??? गळा दाबून तिला मारून टाकतो.)

(फेकून देत) मर जाव! जहन्नम्मे जाव!

(एकदम लहान पोरासारखा गळाभर रडत खाली बसतो.)

गौरी-मेरी लाडली-क्या हुआ यह बेटी? तुझ्या माँ ला हे तोंड आता कसा दाखवू? क्या किया ये मैने... नहीं, मैंने नही, मैंने

नही, यह सब नानाने किया. नाना— मेरा दुष्मन! आव अब सामने हरामजादे! आव!!!

[नाना घाबरत पण नेटाने येतात. उभे राहतात.

क्षणमात्र खून चढल्याप्रमाणे पण अविश्वासाने घाशीराम पाहत राहतो.]

कौन? नाना-साब.

नाना : (आवंढा गिळून पण धीर करून) मीच! (आणखी पुढे होत) घाश्या, किती वाईट वाटून घेशील रे? आता शांत हो बरे. काही झाले तरी रीत सुटता नये. ती विसरू नये. कुणासमोर उभा आहेस? प्रथम मुजरा करावा. कर बरे मुजरा. [घाशीराम आधीन झालेल्या श्वापदासारखा होतो. मुजरा करतो. पण डोळ्यांत खून.]

शाबास. तुझी स्वामीनिष्ठा कळते हो आम्हास. आमच्या कृपेने कोतवालपदावर चढलास, आनंदच वाटतो आम्हांस.

घाशीराम : लेकिन नानासाब...

नाना : (बिचकत पुढे होऊन त्याच्याजवळ येतात. घाशीराम तांबारले डोळे फाडून नानाकडे पाहतो आहे एकटक. नाना सावधपणे घाशीरामच्या पाठीवर हात ठेवतात.) तुझ्यावरील प्रसंग आम्हास समजतो, घाश्या—

घाशीराम : लेकिन नानासाब, तुमने ये क्या किया!

नाना : अरे हा तुझा भ्रम, दुसरे काय, अरे घडवणारा तो— वरचा, सर्वभरचा... आपण निमित्त. बस्स. बैस घाश्या. आम्ही तुझे सांत्वन करतो.

घाशीराम : (झटक्याने दूर होऊन) तुम हमको फसाते हो नानासाहेब... यह तुमने क्या किया... मेरी बच्चीका जान लिया... मेरी अकेली प्यारी और मासूम लडकीको... तुमने मारा...

नाना : (जरा मागे होऊन) अरे वेड का खूळ चांडाळा! घाश्या, लेका या हाताने कधी कीडमुंगीसुद्धा नसेल मारली... या हातात सदा कृष्णाची मुरली— जिने गोपींची तहानभूक हरली— (तोऱ्याने) आणि पेशव्यांच्या प्रधानावर आरोप करण्यापूर्वी जरा विचार करावा. माथे ठिकाणी आहे ना तुझे? कोणापुढे

करतोस बेअदबीची भाषा? पेशव्यांचा प्रधान तुझ्यासमोर उभा आहे घाश्या—

घाशीराम : (अजून खून उतरत नाही, पण मूढ.) नानासाब...

नाना : अरे काय सारखा नानासाब नानासाब करतोस? झाले गेले जाऊ या विसरून, गंगेत गेले मिसळून. गतं न शोच्यम्. वेदच म्हणाले आहेत. अखेर आपण तरी कुठे राहणार आहोत घाश्या? (उसासत) आपण पण सगळे जाणार आहोत बाबा... हा देह म्हणजे माती आहे माती, नाही शाश्वती, जो आला तो जाणार शेवटी, उरणार राख चार चिमटी—

घाशीराम : लेकिन— मेरी बेटी—

नाना : ती होती हा देखील भ्रम. ही माया. जळणार ही काया. गौरी नाही ही सुद्धा माया. मरणसुद्धा मिथ्या आहे घाश्या. जीवन पण मिथ्या आहे. कोणी नाही कोणाचे. नाही कोणी कुणाची बेटी, नाही कोणी कुणाचा बाप काय? अरे शेवटी आपले आप जगणे म्हणजे नाटक चार दिसांचे. आपण आपले कर्म करीत राहायचे. बस्स. मी प्रधान, तू कोतवाल, पाळावी आपापली चाल, हे आपले कर्म. तर जा — कामावर जा. फार मोठी जोखीम आहे बाबा तुझ्यावर. साऱ्या पुण्याची जिम्मेदारी तुझ्या एकट्यावर. घाश्या अरे आम्ही खूश आहोत तुझ्यावर निहायत, जा — कामावर जा — आम्हीही जातो — जाण्यापूर्वी मुजरा करण्यास तेवढा चुकू नकोस—

(नाना उभे, आता बरेच आत्मविश्वासाने. तरी पाय किंचित थरथरताहेत.)

आणि हो — झाले त्याबद्दल नको गवगवा उगाच — झाले ते झाले, कळू नये जगास. तुझी अब्रू ती आमची अब्रू — तुझा आब तर आमचा रुबाब — पेशव्यांच्या कोतवालाबद्दल कोणी बोलणे भलते सलते, म्हणजे अब्रह्मण्यच ते. तेव्हा कोठे वाच्यता न होईल याची चोख खबरदारी घेतली जाईल. कोणी लागले बोलू तर नको पुढे मागे बघू — छाट शीर, नको उशीर — पेशव्यांच्या कानावर काही घालीत नाही — ही जिम्मेदारी माझी. जा आता घाशी — जा—

[घाशीराम बधीरपणे जाऊ लागतो.]

राहिला, घाश्या, केलास घोटाळा, मुजरा राहिला चांडाळा–
[घाशीराम मुजरा करतो.]
शाबास. असावे चोख. असा कसा रे तू बिनडोक, आं?
[घाशीराम बधीरपणेच जातो. नाना टाळी वाजवतात. सूत्रधार येतो.]

नाना : गौरीचा मुडदा येथून हलवून ताबडतोब नदीत फेका. हाड जरी कोणास गावले तरी मोडतील तुमची हाडे...
[नाना रुबाबात किंचित नाचत जातात. सूत्रधार उभा. आणखी तिघे येतात. गौरीचे प्रेत कपड्यात बांधून नदीत फेकण्याचा दुःखभरला अभिनय करतात. पार्श्वभागी रांगवाले गोळा होऊन हळुवार स्वरात गुणगुणत राहतात.
'राधेकृष्ण हरी
हो मुकुंद मुरारी...
राधेकृष्ण हरी
गोविंद मुरली...'
हे गुणगुणणे चालू राहते. सूत्रधार पुढे येतो.]

सूत्रधार : गौरी गेली, नाना राहिले, घाशीराम कोतवालाने गौरीवियोगाचे दुःख काळजात ठासले. कोतवाली तर चाललीच पाहिजे—

रांगवाले : चाललीच पाहिजे.

सूत्रधार : इभ्रत–टिकली पाहिजे—

रांगवाले : टिकली पाहिजे

सूत्रधार : दरारा राहिला पाहिजे

रांगवाले : राहिलाच पाहिजे.

सूत्रधार : गुन्हेगार चळचळा कापलेच पाहिजेत.

रांगवाले : कापलेच पाहिजेत.

सूत्रधार : गुन्हा घडू नये म्हणून चोर–साव, धार्मिक–पाखंडी सर्वांना जरब दाखवलीच पाहिजे.

रांगवाले : दाखवलीच पाहिजे, गय होता कामा नये.

सूत्रधार : हयगय होता कामा नये. घाशीराम कोतवालाची कुंवार पोर पोटुशी होऊन मेली म्हणून कोणी कीव करता कामा नये–

रांगवाले : कीव करता कामा नये.

[पडद्यात घाशीरामाची डरकाळी... 'ए सुव्वरकी अवलाद! हसतोस माझ्याकडे पाहून? हसतोस? कशाला हसलास? सांग, कशाला? थांब तुझे थोबाड फोडतो'— गुरासारखे वेदनेने ओरडणे. घाशीरामाचे शब्द... 'जा, पड मरत. कोण उचलील त्याला तर खबरदार!' रंगमंचावर येतो. वेगळाच वाटतो. हातांना रक्त.]

घाशीराम	:	(प्रेक्षकांना न दिसणारे रक्त समाधानाने पाहत) अच्छा लगता है! (हातांना चिकटलेले रक्त पाहत फिरत राहतो.)
सूत्रधार	:	दिवस सरले, रात्री सरल्या.
		कोतवालाचा नूर बदलला.
रांगवाले	:	नूर बदलला, नूर बदलला
सूत्रधार	:	जैसी जखमी वाघासी रक्ताची चटक लागावी
		तैसी कोतवालाची परिस्थिती जहाली.
रांगवाले	:	कोतवालास माणसाच्या रक्ताची चटक लागली.
सूत्रधार	:	चटक काही शमेना
		जीव कशात रमेना
रांगवाले	:	जीव कशात रमेना —
सूत्रधार	:	झोप मुळीच लागेना.
रांगवाले	:	झोप कशीच लागेना —
सूत्रधार	:	कोतवाल थोड्या थोड्या निमित्ते करोन
रांगवाले	:	माणसे फाडू लागला, माणसे मारू लागला.
सूत्रधार	:	अवघ्या पुण्यनगरीच्या तोंडचे पाणी पळाले.
रांगवाले	:	पाणी पळाले.
सूत्रधार	:	कोणास जिवाची खातरी उरली नाही
		आणिक भीतीने असला जीव अर्धा झाला —
रांगवाले	:	अर्धा झाला हो जीव अर्धा झाला.
		(हे चालले असता घाशीराम आत गेलेला)
सूत्रधार	:	दाद कोणाकडे कशी मागावी, अशी स्थिती जाहली—

[रांगवाले एकदम
बावन्नखणी
मथुरा अवतरली...
राधेकृष्ण हरी

गोविंद मुरली'
गुणगुणू लागतात.
नाना, गुलाबी नाचत येतात.]

नाना : काय गो तुझा नखरा-ओहोहो-काय गो तुझा मुखडा-
[रांगवाल्यांच्या गुणगुणण्यावर हे चालू राहते. दोघांच्या जोडीला रांगेतले इतर पगड्या घालून उपरणी नाचवीत नाचत राहतात. बावन्नखणीच्या प्रवेशासारखे दृश्य उभे राहते. विंगेतून किंकाळ्या, ओरडा, कण्हणे यांची साथ. मग नाचणारी गुलाबी लावणी म्हणून नाचते. नाना उल्लू-जवळचे कंठा, कडे देतात. दोघे नाचतच आत जातात.]

सूत्रधार : पुंडरीक वरदा हारि विठ्ठल-
नामदेव तुकाराम
[रांगेतले अर्धे आता पांगून पुण्याबाहेरील उपऱ्या ब्राह्मणांसारखे पुढे येतात. उरलेले अर्धे दाक्षिणात्य संगीत गाऊ लागतात ते थांबल्यावर]

एकजण : (सूत्रधाराला तंजावरच्या ढंगात) पंडित, हीच पुण्यनगरी काय?

सूत्रधार : होय ही अंधेर नगरी.

दुसरा : (न कळल्याप्रमाणे) काय? अंग्रज नगरी?

सूत्रधार : पुण्यनगरी म्हणतात ती हीच.

तिसरा : बहुत आनंद जाहला. मुक्काम गावला.

चौथा : पुण्यनगरी- नशीब निघते. नियत-दैव!

सूत्रधार : दुदैव.

तिसरा : फार ऐकिले. लौकिक.

दुसरा : पेशवे— दयाळू, दानशूर, ऐकिले दूर.

पहिला : आम्ही दळिद्र, पुण्यनगरी वाट पुसत आलो.

सूत्रधार : आलात? धन्य झालात. नशीबी तुम्हास हवे तेच तुम्हास दाखवो हीच पुण्यनगरी बाबांनो.

दुसरा : आनंद जाहला. धर्मशाळा?

सूत्रधार : धर्मशाळा जवळ नाही. पण त्या बागेत उतरा. ती... तिकडली नव्हे, ती कोतवालाची— तिकडे चुकूनसुद्धा नका फिरकू बरे— ती शेजारची तेथील गणेश मंदिराची, तेथे उतरा. रात्र गुजरा. शोधा नियत! नशीब, कोठे सापडले तर. पण जपून! रामराम.

[सूत्रधार जातो. हे सर्व बागेत पोचल्याप्रमाणे खुशालतात. बसतात लोळतात.]

एकेक : पुण्यनगरी, बडी बाका. बहुत सुंदर. रावणाची लंका (एकमेकांस दाखवताहेत बसल्या जागेवरून एकेक स्थळ) पर्वती. चतुरशृंग. बडा सुंदर.

एकजण : (तळमळत) बडी भूक.

दुसरा : भूक

तिसरा : भूक... (एकदम पाहत उजळून) रायरू, फल.

चौथा : मधु फल!

[सगळे आनंदित, एकमेकांना नेत तिकडे जातात.]

घाशीराम : (आतून डरकाळून) कोण आहे ते? कोण फळे चोरतो?

[प्रवेश करतो घोड्यावरून. घोडा माइममधला. घाशीरामाच्या अभिनयाने जाणवणारा.

सगळे गडबडीने येतात घोळक्याने काल्पनिक फळे खात]

कसे पकडले! हातोहात सोदे सापडले! कोणी फळे चोरली कोतवाली बागातली? भामटे! चोर! लफंगे!

[कोणालाच हा कोतवाल हे माहीत नाही. एकमेकांकडे बघतात.]

सीधे खडे रहो सब!

[ते कसेबसे उभे राहतात बेंगरूळपणे. फळे खातातच आहेत.]

नीट खडे राहा.

[ते विशेष लक्ष देत नाहीत.]

मिशी पिळीत ओठ करकरा चावून) कोतवाली कायदा मोडतात! वर बेअदबी! कोण आहे तिकडे?

[आतून सूत्रधार आणखी दोघेतिघे तिथे सैनिक बनून येतात.]

पकडो सबको. कोतवाल-चावडीच्या रिकाम्या कोठडीत रात्रभर कुलूपबंद करून ठेवा सर्व्यांना. सकाळला निवाडा करतो सोद्यांचा. न्या.

[आलेले सैनिक या फळे खाणाऱ्यांना धसमुसळेपणाने धरतात. आता ते सर्व भेदरलेले. काय घडते त्यांना नीटसे कळत नाही. सैनिक त्यांना धक्के मारून घेऊन जातात.]

घाशीराम : हरामखोर कोतवाली बागातली फळे चोरतात!

[जातो निघून 'घोड्या'वरून
फळे खाणाऱ्या ब्राह्मणांना सैनिक नेऊन विंगेतल्या कोठडीत बंद करतात. कुलूप ठोकतात.]

सूत्रधार : (विंगेतून परतत बरोबरच्यांना खोकत) रानबा, कोठडी लई न्हान आन् मान्सं जरा ज्यादाच झाली जनू? आत मावंनात. आक्षी रेटूनशान घातली तवा ऱ्हायली बगा. काय परस्थिती झाली, तुरुंग लहान पडाय लागले आता पुन्यातले. हे कलियुग बरं, कलियुग. चला झोपू चिलीम चढवून, सकाळसर. (जातो खोकत)
[मागून सैनिक लगेच परत येतात रांगवाले आणि सूत्रधार म्हणून]

सूत्रधार : रात्र पडली

रांगवाले : पडली

सूत्रधार : मध्यान् रात्र झाली

रांगवाले : झाली

सूत्रधार : पुण्यनगरी झोपात बुडाली

रांगवाले : बुडाली.
(एकजण रडत्या कुत्र्याचे आवाज काढतो. दुसरा दुसरीकडे तेच आवाज काढतो. तिसरा लांबचे गस्तीचे आवाज काढतो. ते आवाज अस्पष्ट होत जातात.
विंगेतून आवाजः वाचवा! मेलो! श्वास! मला श्वास घेऊ द्या रे! अम्मा गे! अरे कोण सोडवा...
काही नुसतेच घुसमटल्याचे आवाज.)

सूत्रधार : कोठडीतले ब्राह्मणांस हवा मिळेना. ते घुसमटू लागले. ओरडू लागले. कण्हू लागले, तळमळू लागले. सोडवा सोडवा म्हणून हाकारू लागले. पण कोण सोडवणार? सारे झोपेत. पहारेकरी तारेत. रात्रीमधी काही ब्राह्मण मेले.

रांगवाले : मेले.

सूत्रधार : काही अर्धमेले झाले, बेशुद्ध झाले. अखेरची घटका मोजू लागले.

रांगवाले : उजाडले.
(विंगेतून कण्हण्याचे आवाज. रांगेतला एकजण कोंबड्याचे आरवणे ओरडतो. एक पगडीवाला ब्राह्मण मंत्र पुटपुटत पागोटे

कानांना बांधून घाईने जातो. एक गवळी काल्पनिक गुरे हाकत जातो. पुन्हा कण्हण्याचे आवाज. आता 'घोड्या'वरून एक सरदार जाऊ लागतो. कण्हणे ऐकतो. सरदार थबकतो. घोड्यावरून उतरून विंगेत जातो. सरदार धावत रंगमंचावर येतो. एक्सायटेड.)

सरदार : (ओरडून) अरे कोण आहे रे तिकडे? धावा! पळा! लौकर या. कोण आहे रे? आधी धावा!

(रांगवाल्यांतले काही धावत येतात.)

फोड ती कोठडी! आत माणसे घुसमटली. फोडा! फोडा! बाहेर काढा त्यांना!

(सगळे विंगेत धावत जातात.)

सूत्रधार : कोठडी फोडली.

रांगवाले : फोडली.

सूत्रधार : बावीस मेलेले, बाकी अर्धेमेले, सर्वे बाहेर काढले.

(काहींना ओढत नेण्याचे माइम. यानंतर लाइनींनुसार माइम)

रांगवाले : काढले.

सूत्रधार : सरदार मानाजी फाकड्याने चौकशी केली, कोठडीत कोणी डांबले?

रांगवाले : घाशीराम कोतवाल.

सूत्रधार : सरदार फाकडे, घाशीरामाशी वाकडे. त्यास आयती संधी मिळाली.

रांगवाले : घबाड सापडले.

सूत्रधार : त्याने मुडदे उचलले. पेशव्यांपुढे टाकले. म्हणाला सरकार न्याय द्या. घाशीरामाने यांना घुसमटून मारले. गुन्हा?

रांगवाले : फळे चोरली.

सूत्रधार : श्रीमंत, फळे चोरण्याबद्दल देहान्ताची सजा? हा कोठला न्याय?

रांगवाले : अंधेरनगरीचा हो अंधेरनगरीचा.

सूत्रधार : ही कसली पेशवाई?

रांगवाले : ही मोंगलाई हो मोंगलाई.

सूत्रधार : राज्य कोणाचे? तुमचे की-

रांगवाले : घाशीरामाचे.

सूत्रधार	: श्रीमंत संपातले, नानास निरोप धाडले, असाल तसे अबघडी वाड्यावर या.
रांगवाले	: पण...
	(नाना किंचित नाचत आन्हिक आटपत असल्यासारखे रंगमंचावर येतात मंत्र पुटपुटत. विंगेत ओरडून म्हणतात... "कळले म्हणावे. देवपूजा उरकून येतोच. सांग श्रीमंतास." पुन्हा जानवे हाताळीत मंत्र पुटपुटत जातात दुसऱ्या विंगेशी नाचत आणि तिथेच पूजा करीत बसून राहतात.)
सूत्रधार	: प्रधानांस वेळ नाही. पेशवा तिकडे वाट पाही प्रधान कधी येतो? बातमी पुण्यात पसरली...
	(रांगवाले एकमेकांत हळूहळू 'बावीस' 'ब्राह्मण' 'घाशीराम' 'मारले' 'घुसमटून' असले शब्द उलटसुलट बोलत जातात. पाहता पाहता याचा मोठा गोंगाट होतो. संतापाचा स्वर. वळलेल्या मुठी. कोलाहल.)
	पुण्यातील ब्राह्मण संपातले.
रांगवाले	: संतापले.
सूत्रधार	: नानांच्या वाड्यावर पोचले.
	[नाना एका टोकास पूजेत मग्न, दुसऱ्या टोकाचा गोंगाट वाढतो. तिकडून सूत्रधार नानांकडे धावत जातो.]
सूत्रधार	: (मुजरा करून) श्रीमंत, संकट आले. वाड्यापुढे खवळले ब्राह्मण जमले.
नाना	: (गडबडून) आं? गवळले ब्राह्मण खळले? अरे मग बघता काय? वाड्याची दारे लावा. पहारे वाढवा, पहारे.
सूत्रधार	: ब्राह्मण फारच खवळले आहेत श्रीमंत. वाड्यात घुसण्याच्या गर्जना करतात. हजारो आहेत.
नाना	: व-वाड्यात घुसण्याचा... येऊ देऊ नका त्यांस —
सूत्रधार	: प्रसंग बाका आहे...
नाना	: अनुष्ठान बसवा. देव पाण्यात ठेवा, साकडे घाला, नवस बोला.
सूत्रधार	: ब्राह्मण ऐकत नाहीत.
नाना	: क-काय मागतात ते? काय मागतात रे?
सूत्रधार	: घाशीराम कोतवालाच्या वधाचा हुकूम.

नाना : (तंग उभे. आता एकदम उडी मारून) हात्त्याच्या! एवढेच? आण मेल्या लेखणी आण आधी! कागद घे!

(ते साहित्य हाती येताच कसेबसे लिहून)

हा घे, घे, दे त्यांना. घाश्याच्या देहान्ताचा हुकुमनामा. दे. व्हा म्हणावे संतुष्ट. त्याची विटंबनाही करा म्हणावे भरपूर! धाव आधी.

[सूत्रधार दुसऱ्या टोकाकडे येतो.]

सूत्रधार : ब्राह्मण हो, ऐका, ऐका. पेशव्यांचे परधान श्रीमंत नाना फडणवीस यांनी आपल्या मागणीप्रमाणे हा बघा घाशीराम कोतवाल यांच्या वधाचा हुकूम दिला. आधी डोकी भादरून शेंदूर भरावा. नंतर उंटावरने धिंड काढावी. नंतर हत्तीचे पायास बांधून मिरवावे आणि शेवटी मृत्यूची सजा द्यावी. अखेर एक होत जेरबंद ठेवून घाशीराम सावळदास यास जमावापुढे सोडण्यात यावा.

[रांगवाल्यांकडून हर्षभराच्या आरोळ्या दुसऱ्या टोकास नाना तेवढे खुश. जमाव ढोलकीच्या गजरात जातो आत.]

नाना : काट्याने काटा निघणार रांडेचा. भले बहाद्दर रोग मिटला. नाहीतरी उपयोग काय उरला होता त्याचा?

(जातात दुसऱ्या बाजूने किंचित नाचत.)

सूत्रधार : घाशीरामाची घटका भरली...

रांगवाले : (बाहेर येत) सद्दी सरली, निय्यत फिरली...

सूत्रधार : तरी त्यास शुद्ध नाही. गुन्हेगार ब्राह्मणांस पकडले घाशीरामाने पण कोठडीत काही त्याने भरले नव्हते. पण—

रांगवाले : घटका भरली, सद्दी फिरली.

सूत्रधार : कोतवालास शुद्ध नव्हती. कोतवाल होते—

[घाशीराम येतो.]

घाशीराम : कोण आहे रे तिकडे पहाऱ्यावर? कोण आहे तिकडे? कुणी आहे काय? गेले कुठे हरामजादे?

[सूत्रधार खोकत, डोळे चोळीत पुढे होतो.]

घाशीराम : हरामजाद्या, काय करीत होतास? चलो, कोठडी खोलो. गुन्हेगारांचा करतो निवाडा. फळे चोरतात!

[सूत्रधार डोळे चोळीत खोकतच विंगेत जातो. घाईने परत येतो.]

सूत्रधार : सरकार, अक्षी घात झाला. कोठडी फोडल्याली आहे...

घाशीराम : काय! (ताठरतो) नादान आणि मग तू काय करीत होतास? कोठडी कोणी फोडली? कशी फोडली? सांग आधी! अपराध्यांची चामडी लोळवतो. मिरचीची धुरी देतो उलटे टांगून. सुळी चढवतो–

[एकदम आतून, मग रंगमंचावरून क्रुद्ध ओरडा. पाहता पाहता जमाव घाशीरामापुढे हिंस्र आक्रमकपणे जमतो. घाशीराम गोंधळलेल, मोठा गलका.]

घाशीराम : (ओरडून) ठैरो! खडे रहो सब! क्या है? क्या हुआ है? क्या है ये शोर? चूपचाप खडे रहो कंबख्त!

[क्षणभर सर्व जमाव जागच्या जागी खिळलेला]

वापस जाव! आधी वापस जाव सब! चले जाव! नाहीतर उभे फाडतो एकेकाला!

[जमाव त्याला एकेका पावलाने सावकश घेरू लागतो. घाशीराम मागे हटू लागतो. कोंडी झालेल्या श्वापदासारखा. आणि जमाव त्याला पुरते घेरतो. क्षणभर प्रचंड ओरडा. घाशीराम दिसेनासा होतो यात. जमावाचे जंगली आवाज फेड आऊट होतात. पाठमोऱ्या जमावाचे चेहरे पुढे होतात. हे पुन्हा रांगवाले. घाशीराम दिसेनासा.]

सूत्रधार : घाशीराम कोतवालाला घेरला.

रांगवाले : घेरला हो घेरला.

सूत्रधार : बुकलला
त्याची डोकी भादरली
त्यात शेंदूर भरले
उंटावर पालथा घालून फिरवले.
हत्तीचे पायास बांधून मिरवले.
साऱ्या पुण्यनगरीने डोळा भरून पाहिले—

रांगवाले : पाहिले हो पाहिले.
डोळा भरून पाहिले.

सूत्रधार : अखेर शेवटी शेवट आला.

[एका हाताने जेरबंद घाशीराम रंगमंचावर येतो. खूप मार खाल्लेला. विद्रूप, रक्तबंबाळ.]

एक हात जेरबंद ठेवून घाशीरामास ब्राह्मणांपुढे सोडला.

[रांगवाले शिकाऱ्यासारखे दबा धरून उभे. मधूनच हिंस्र आरोळ्या मारतात व आविर्भाव करतात.]

घाशीराम : मारो, ना मारो हमको! और मारो! और पिटो! मारो! (अंगावर दगड बसल्यासारखा स्वतःच्या डोळ्यांपुढे आडवा हात धरून) लांबून कशाकरता, जवळून मारा भेकडांनो! घाबरता? हात् तुमची! मारा, जवळून मारा, अरे या, या ना! घाला दगड डोक्यात! भ्याड, डरपोक! जवळून मारा हिंमत असेल तर! मारो! हा बघा एक हात जेरबंद आहे! तरी डरता? या पुढे, मारा! ठेचा मला!

[जमावाचा ओरडा.]

घाशीराम सावळदास! घाशीराम सावळदास! तुमच्या छाताडावर नाचलो, पण माझ्या पोटच्या बेटीची कवळी जिंदगी कुस्करली. मी गुनहगार आहे माझ्या बेटीच्या खुनाबद्दल. मारा मला! आणखी मारा! पिटा! माझे हात पाय तोडा! माझे शिर फोडा! या पुढे या... या... हा बघा इथे आहे मी... बहोत खूब... बहोत अच्छे...

[जमावाचा ओरडा. ताशा जोरजोराने वाजत राहतो. एकटा घाशीराम आता मरणाचा मार खात असल्याप्रमाणे या तालात रंगमंचावर झटके घेत वेडावाकडा होत राहतो. लोळतो, पुन्हा उठतो, पुन्हा लोळतो, जनावरासारखा डरकाळतो. सरपटतो. उपडी उताणा होतो. झटके घेतो. पुन्हा उठू पाहताना भुईसपाट लोळतो. डेथ्-डान्स. जमाव ओरडतच राहतो. अखेर घाशीराम निश्चेष्ट.

नाना येतात पालखीतून. प्रधानाचा थाट. भरजरी वस्त्रे. पालखीतून उतरल्याचे माइम करून हाताने जमावाला शांत करतात.]

नाना : पुण्यपत्तनस्थ नागरिकहो, या पुण्यनगरीचे एक महान संकटच आज सरले. (जमावाच्या हर्षदर्शक आरोळ्या) एक रोग टळला. आपणा सर्वांना छळणाऱ्या नरकासुराचा— घाश्या

कोतवालाचा— आज वध झाला वध. श्रींच्या इच्छेने सर्व यथायोग्य झाले. त्यांची कृपा आम्हां सर्वांवर सदैव आहेच. (घाशीरामाच्या प्रेतास काठीने हलकेच ढोसून) या पापी घाश्याचे प्रेत सडू द्या येथेच. कोल्ही कुत्री त्यास फाडू द्यात. किडे लागू द्यात. हे प्रेत जो उचलील त्यास कडक सजा होईल. याचे सुतक पाळील त्यास देहान्त घडेल. घाश्या सावळादास याच्या आप्तनातलगांस सापडतील तेथे जेरबंद करून हद्दपार केले जाईल. घाश्याची सर्व मालमत्ता सरकारजमा केली आहे. पवित्र पुण्यनगरीत आजपासोन या पाप्याची नावनिशाणीही उरणार नाही ऐसा बंदोबस्त आम्ही केला आहे. आजपासोन तीन दिवस या शुभ घटनेनिमित्त्य पुण्यामधी उत्सव चालावा अशी आमची आज्ञा आहे.

[जमावाचा ओरडा, आरोळ्या. त्याची फेर-रचना, झांजा, गुलाल, उत्सव. आता गुलाबी नाचत येते. नानांच्या बायका नाचत येतात. नाना त्यात नाचत सहभागी होतात.

जमाव नाचतो :

'श्री गणराय नर्तन करी
आम्ही पुण्याचे बामण हरी
वाजे मृदंग
चढेची रंग
त्रिलोक रंग
त्रिलोक दंग हो त्रिलोक दंग
श्री गणराय...']

(प ड दा)

‘घाशीराम कोतवाल’ जन्मकथा

विजय तेंडुलकर

‘घाशीराम कोतवाल’ हे नाटक लिहिल्याला आता जवळजवळ दोन तपे होत आली.

ज्या परिस्थितीने या नाटकाचे बीज माझ्या मेंदूत टाकले ती १९६९ मधली. १९६९च्या फेब्रुवारीत मुंबई शहरामध्ये एक मोठी दंगल झाली किंवा घडवून आणण्यात आली. बेळगांव-कारवारच्या सीमाप्रश्नाचे कारण या दंगलीला होते. या दंगलीने शिवसेनेचे या शहरावरचे वर्चस्व प्रथम प्रस्थापित झाले. या दंगलीत प्रामुख्याने विशीआसपासची मुले होती. ही मुले महाराष्ट्रीय कामगार आणि मध्यमवर्गीय कुटुंबातून आलेली होती. यांच्या पोटांत त्यांच्या परिस्थितीविषयी एक असंतोष धुमसत होता. एकूण चार की पाच दिवस चाललेल्या या दंगलीत पन्नासहून अधिक माणसे मेली आणि सार्वजनिक मालमत्तेचे प्रचंड नुकसान झाले. अखेर अखेर या दंगलीत सराईत गुंड शिरले; परंतु ही दंगल प्रामुख्याने ही मुलेच ‘लढली’ त्यातल्या कित्येकांचे बाप डाव्या कामगार चळवळीत त्यापूर्वी लढले होते.

परंतु प्रत्यक्ष नुकसानीपेक्षा अप्रत्यक्षपणे या दंगलीने जे घडवले ते महत्त्वाचे होते.

शिवसेनेची संघटना जन्माला आली ती मराठी माणसावर या शहरात होणाऱ्या अन्यायाला वाचा फोडण्यासाठी, तरी तिला बळ आले ते या शहरातल्या कामगार चळवळीत तोवर भक्कम मुळे रोवून असलेल्या कम्युनिस्टांना आणि त्यांच्या सहप्रवाशांना या चळवळीतून उखडून काढण्याच्या मोहिमेतून आणि ही मोहीम प्रामुख्याने सत्ताधारी काँग्रेस पक्षाने स्वतंत्र पक्षासारख्या समविचारी पक्षांच्या सहकार्याने (यात समाजवादी—तेव्हाचे प्रजासमाजवादी—मोठ्या संख्येने होते;) मनावर घेतलेली आणि प्रचंड आर्थिक आणि इतर बळानिशी उघडलेली होती. शिवसेनेचा आणि तिच्या युयुत्सू मनुष्यबळाचा उपयोग या मोहिमेत प्रामुख्याने करून घेण्यात आला आणि या निमित्ताने शिवसेनेला सर्व प्रकारची आर्थिक आणि इतर

मदत सढळ हाताने पुरवण्यात आली. शिवसेनेने या मदतीचा आपल्या संघटनात्मक बांधणीसाठी उपयोग करून घेतला आणि आपले वाढलेले बळ १९६९च्या फेब्रुवारीतील दंगलीच्या निमित्ताने तावून सुलाखून घेऊन निर्विवादपणे सिद्ध केले. दंगलीच्या दिवसांत या शहरावर शिवसेनेचे राज्य होते असे म्हटल्यास ते वावगे होणार नाही.

शिवसेनेचे हे वाढलेले बळ या दंगलीने तमाम राजकीय पक्षांना आणि त्यांच्या नेत्यांना दाखवून दिले, हे महत्त्वाचे. यात सत्ताधारी पक्षदेखील होता.

या वेळेपर्यंत सत्ताधारी पक्षाने, आपल्या काही हेतूंच्या सिद्धीसाठीच, शिवसेनेला सर्व प्रकारे साहाय्य केले होते हे वर आलेच. या दंगलीच्या काळातही शासक पक्ष म्हणून या पक्षाने शिवसेनेबाबत फार कठोर भूमिका घेणे टाळले; मात्र दंगलीनंतर सत्ताधारी पक्षाच्या बहुतेक सर्व वरिष्ठ नेत्यांनी दंगलीचा आणि शिवसेनेचा निषेध केला. तिला 'फॅसिस्ट' असे विशेषणही या नेत्यांनी या वेळी— नव्यानेच साक्षात्कार घडावा तसे—लावले. शिवसेनेची ही वाढ अगदीच अनपेक्षित असावी असा आश्चर्याचा आणि मानसिक धक्क्याचा सूर सत्ताधाऱ्यांच्या निषेधात होता.

हाच सूर इतर राजकीय पक्षांच्या निषेधातही होता. यात प्रजासमाजवादी पक्ष प्रामुख्याने होता. या पक्षाने त्याआधी मुंबई महापालिका निवडणुकीत शिवसेनेबरोबर युती केली होती आणि दंगलीच्या काळातही ही युती अस्तित्वात होती. दंगलीचा निषेध आणि शिवसेनेबाबत 'सामंजस्या'ची भूमिका असा दुहेरी सूर या पक्षाच्या या वेळच्या प्रतिक्रियात सापडतो. या भूमिकेचे प्रमुख पुरस्कर्ते बॅ. नाथ पै हे होते. सीमाप्रश्नाचे कारण या दंगलमागे असल्याने त्या भागातले नाथ पै इतर नेत्यांपेक्षा वेगळ्या आणि अधिक गुंतागुंतीच्या पेचात होते. दंगलकाळात अटक झालेल्या श्री. ठाकरे यांची भेट आवर्जून तुरुंगात जाऊन त्यांनी तेव्हा घेतली होती.

वास्तविक शिवसेनेची ही वाढ मुळीच अनपेक्षित नव्हती. ती सातत्याने आणि उघड उघड झालेली होती. आणि तिच्यात इतर पक्षांचाच—प्रकर्षाने सत्ताधारी पक्षाचा सिंहाचा वाटा होता, हेही सत्य होते. सत्ताधारी पक्षांचे मुख्यमंत्री श्री. वसंतराव नाईक त्या काळात खासगी संभाषणात कोणी शिवसेनेविषयी धास्ती किंवा चिंता व्यक्त केली की, मंद हसून पुढ्यातल्या टेबल किंवा टीपॉयवर हाताचा अंगठा रेटून दाखवीत. 'आम्ही नुसते एवढे केले तरी बस्स आहे, तुम्ही उगीच घाबरता' असा यातला भाव. मात्र दंगलकाळात असे काही प्रत्यक्षात करणे त्यांनी टाळले. (ती दंगलही फार

चालली नाही.) आणि त्याच वेळी केंद्र सरकारातले गृहमंत्री श्री. यशवंतराव चव्हाण यांनी शिवसेनेच्या 'आकस्मिक' वाढीविषयी आश्चर्य आणि खेद व्यक्त करून तिला 'फॅसिस्ट' असे विशेषण लावले.

या दंगलीला आणखी एक बाजू होती, तीदेखील महत्त्वाची होती. मुंबईतील अ-महाराष्ट्रीय रहिवाशांच्या मनांत या दंगलीने भीतीचा गोळा उभा केला. यात प्रामुख्याने ज्यांचे आर्थिक हितसंबंध या शहरात गुंतले होते ते व्यापारी आणि दुकानदार होते. भ्यायलेल्या व्यापार-उदीमवाल्या जमातींची शिष्टमंडळे तेव्हा मुख्यमंत्र्यांना एकामागोमाग भेटली होती. कारखानदारांनी शिवसेनेच्या कामगारसंघटनांशी मिळते घेऊन यातून मार्ग काढला.

हे सर्व घडत असताना मी मुंबईत 'लोकसत्ता' नामक मराठी दैनिकाच्या कचेरीत सहसंपादक म्हणून काम करीत होतो. वर्तमानपत्राची कचेरी हा एका अर्थाने जगाचा तिठाच असतो. घडणारे सर्व तिथे तात्काळ पोचत असते. जाहीर तसे गुप्त आणि पडद्यापुढचे तसे पडद्यामागचेदेखील यांत असते.

वर वर्णन केलेले सर्व माझ्यापर्यंत पोहोचत होते आणि दंगल घडत असता प्रसंगाने रस्तोरस्ती फिरत मी दंगल आणि ती करणारे पाहत होतो. त्यांच्या पोटातला असंतोष आणि त्वेष अनुभवत होतो. यातच शिवसेनेचे सेनापती श्री. ठाकरे यांच्याशी व्यक्तिगत संबंध त्यापूर्वी (तेव्हा शिवसेना अस्तित्वात आली नव्हती) 'मार्मिक' या व्यंगचित्र साप्ताहिकाच्या संपादनानिमित्ताने काही काळ आला होता. ही दंगल यामुळेच, माझ्या लेखी, कुठलीही दंगल नव्हती.

तेव्हाच्या माझ्या राजकारणाच्या समजुतीनुसार शिवसेनेचा उदय बघता बघता तिने धारण केलेले उग्र आणि बलदंड रूप आणि या वाढीचे 'शिल्पकार' व त्यांच्या प्रतिक्रिया यांचे एक गणित माझ्या मनाशी आले. त्याने मला या नाटकाकडे ढकलले असे म्हणता येईल.

नेमक्या शब्दात या नाटकाचा विषय किंवा आशय तेव्हा— म्हणजे नाटक प्रत्यक्षात नजरेसमोर येण्यापूर्वी— मला बहुधा सांगता आला नसता. माझ्या कुठल्याच नाटकाचा विषय सूत्ररूपाने माझ्या मनात नाटक लिहिण्यापूर्वी नव्हता; हे नाटक त्याला अपवाद नव्हते, परंतु केंद्र सरकारातले तेव्हाचे गृहमंत्री श्री. यशवंतराव चव्हाण यांनी शिवसेनेचे केलेले 'फॅसिस्ट' असे वर्णन आणि ही संघटना अशी व्हावी याबद्दल व्यक्त केलेले आश्चर्य माझ्या मनात पक्केपणाने होते, असे आठवते.

चव्हाण यांनी केलेल्या या वर्णनाने आणि व्यक्त केलेल्या आश्चर्याने मला युरोपमधल्या हिटलरच्या उदयास्तापर्यंत नेले आणि दोन गोष्टी घडल्या :

एक : यात एक वैश्विक (युनिव्हर्सल) आणि कालातीत आशय मला जाणवला.

दोन : या आशयाला मराठी नाटकाचा नेहमीचा 'वास्तववादी' घाट चालणार नाही हे जाणवले.

यातून पेशवाईतील घाशीराम कोतवाल या घटनेकडे (व्यक्तिरेखेकडे नव्हे) मला नेले. ही घटना इतिहासातली फारशी मोठी घटना नव्हती. इतिहास हा माझाही व्यासंगाचा विषय नव्हता. योगायोगानेच त्यापूर्वी काही वर्षे, 'घाशीराम कोतवाल' या कै. मोरोबा कान्होबा यांनी लिहिलेल्या आद्य मराठी 'कादंबरी'ची मुंबई मराठी ग्रंथसंग्रहालयाने प्रकाशित केलेली नवी आवृत्ती (प्रत्यक्षात ही दंतकथांची आणि चुटक्यांची एक मालिका होती.) माझ्या हाती पडली होती. आणि तिच्या नव्या प्रस्तावनेत तेव्हाचे प्रसिद्ध इतिहासकार न. र. फाटक यांनी थोडक्यात दिलेला 'घाशीराम कोतवाल' या घटनेचा 'इतिहास' मी वाचलेला स्मरणात राहून गेलेला होता. १९६९ मधल्या घटनांनी आणि त्याविषयीच्या प्रतिक्रियांनी माझ्या मनात ही ऐतिहासिक घटना अभावितपणे जागी केली आणि मला सांगायचे होते (ते अद्याप शब्दांबाहेरच होते) त्यासाठी मला ती चपखल वाटली. यात अर्थातच या घटनेचे बारीक सारीक तपशील किंवा क्रम माझ्या मनाशी नव्हते, कारण ते मला माहीतच नव्हते.

घटना ही ठरली. परंतु या घटनेसाठी नाटकाला वेगळा आकार (फॉर्म) हवा होता. हे नाटक माझ्या तेव्हाच्या इतर नाटकांप्रमाणे व्यक्तींचे असणार नव्हते तर त्यात समूह हे पात्र असणार होते. घटनेचे अपरिहार्य भाग म्हणून इतर पात्रे येणार होती. या इतर पात्रांना हाडामांसाच्या 'व्यक्तीं'चे स्वरूप येऊन चालणार नव्हते. घटनेचे अपरिहार्य भाग म्हणूनच ती रंगमंचावर कायम वावरणार होती.

हे सर्व या शब्दांत तेव्हा मनाशी नव्हते तरीही निःशब्दपणे होते असे वाटते. एरवी पारंपरिक लोकनाट्याच्या विविध घाटांकडे मी निघालो नसतो. इतिहास हा जसा माझा अभ्यासाचा विषय कधीही नव्हता तसा पारंपरिक लोकनाट्य हाही नव्हता. माझ्याच काळात सर्वस्वाने गुंतलेला मी पक्का शहरी माणूस होतो. तरीही या नाटकाने या दोन्ही विषयांकडे मला नेऊन सोडले.

मुळात लोकनाट्य-परंपरांचा अभ्यास शून्य. त्यात शहरात राहणारा. लोकनाट्याच्या नावाने जे काही थोडे निमित्ताने त्यापूर्वी पाहिले होते ते शुद्ध नव्हते. मूळ परंपरांचे शहरी, फिल्मी अभिरुचीसाठी तयार केलेले 'सुसंस्कृत' किंवा भेसळ रूपच त्यात पुष्कळ होते. ते अर्थात फारशा गांभीर्यानेदेखील पाहिले नव्हते. कारण त्याचा उपयोग करण्याचा प्रश्नच तेव्हा नव्हता.

याला काहीसा अपवाद तमाशाचा. तमाशाचा उपयोग करून 'सरी ग सरी' नावाचे एक नाटक मी त्यापूर्वी लिहिले होते आणि ते पडले होते.

आता मनाने मी या नव्या 'संभाव्य' नाटकासाठी लोकपरंपरेतला घाट शोधू लागलो. प्रत्यक्षात तमाशा आरंभीच त्याच्या विशुद्ध हास्यप्रधान स्वभावामुळे बाद झाला. मला म्हणायचे होते ते गंभीर स्वरूपाचे होते. मग 'भवाई' हा गुजराती लोकनाट्यप्रकार किंवा खरे तर त्याचे शहरी 'सोफिस्टिकेटेड' रूप— 'भवानी भवाई' या पारंपरिक नाटकाच्या दिल्लीच्या एका प्रयोगाच्या निमित्ताने समोर आले. याचा आशय गंभीर होता. पण हा बाज माझ्या हातच्या विषयाला पुरेल असे मला वाटले नाही. यानंतर दशावतारी नाटकांच्या मुंबईतल्या एका उत्सवात एक दशावतारी नाटक मी पाहिले. हेही वळण मी माझ्या संभाव्य नाटकापुरते तेथल्या तेथे बाद केले. या दोन्ही प्रकारात समूह हे पात्र बनण्याची सोय नव्हती. मात्र दशावतारातली भाषेची मांडणी कानात राहिली.

यापुढे काय करावे, काय पाहावे, कुठे शोधावे हे कळत नव्हते आणि मनात दाटून राहिलेल्या विषयाने मी अस्वस्थ होतो. इतर कामे करीत मनोमन त्या विषयांभोवती घुमत होतो.

आणि एक योगायोग घडला. 'घाशीराम कोतवाल' पुरता तो निर्णायक ठरला. तो न घडता तर ते नाटक बहुधा लिहिले गेले नसते. आकाराच्या शोधात त्याचे बीज कुजून मेले असते. अशी अनेक बीजे आकाराविना प्रत्यही कुणाही नाटककाराच्या मनात मरत असतात.

मी तेव्हा आज राहतो त्या भागात—मुंबईनजीक पूर्व विलेपार्ल्यात—राहत होतो. स्टेशनकडून घराकडे येताना वाटेत साठेवाडी नावाची एक बऱ्यापैकी मोठी झोपडपट्टी लागत असे. (आजही ती आहे.) प्रामुख्याने कोकणी माणसांनी ती वसवली होती आणि कोकणी संस्कृतीचा पगडा तिच्यावर होता. (अजूनही तो कमी झालेला नाही.) दिवसा अगर रात्री त्या काळात स्टेशन ते घर हे अंतर मी चालत असे. अनेकदा रात्री शेवटच्या लोकलने मी येई आणि विचारात हरवून घरापर्यंत निवांत चालत असे. त्या

दिवशी रात्री असाच उशिरा मी स्टेशनवर उतरलो आणि घराचा रस्ता चालू लागलो. मनाशी काहीतरी चालू होते, पण मनातल्या संभाव्य नाटकाचा विषय त्यात त्या वेळी नव्हता.

वाटेत साठेवाडीत काही घरगुती निमित्ताने एका घरापुढे 'खेळे' नाचत होते.

'खेळे' हा कोकणातला लोकनाट्य प्रकार. याचे विषय पौराणिक. 'दशावतारी'च्या तुलनेत हा गरीब आणि साधा. माझ्या लहानपणी त्या वेळच्या 'मराठी' मुंबईत शिमग्यात खेळे नाचायला येत. ते मी तेव्हा पाहिलेले होते. त्यानंतर मध्यंतरी पुष्कळ वर्षे गेलेली होती.

आता जवळ जवळ उत्तररात्री, विचारात हरवून मी घराची वाट चालत असता साठेवाडीतल्या 'खेळ्यां'नी माझे लक्ष वेधून घेतले. मी थांबलो. पाहू लागलो. (मनात जाणतेपणी नाटक नव्हते.)

नाचणाऱ्यांचा समूह घरापुढच्या उघड्या अंगणात, बत्तीच्या उजेडात, एका संथ लयीत गात, झांजा वाजवीत नाचत होता. नाचापेक्षा खरे तर ते झुलणे होते. एकदा या दिशेला, एकदा त्या दिशेला, पाहण्यात हरवलेल्या माझ्या अंगाला कुठून तरी हलकासा वारा झोंबत होता. ते झुलणे माझी नजर बांधून घेणारे होते. माझ्या मनाशी आले, हा झुलता पडदाच आहे. नाटकाला, 'खेळा'ला पडदा हवा आणि इथे पडदा नाही. तर 'खेळ'करांनी तो आपल्या हालचालीने तयार केला आहे. हा माणसांचा पडदा आहे. झुलता पडदा...

तेवढ्यात माझ्या समोरच्या 'खेळा'तला माणसांचा पडदा दुभंगला. मग तिभंगला. पुन्हा एकत्र झाला. 'पडद्या'पैकीच दोन पात्रे एकमेकांचा पाठलाग करीत त्यातून मजेत, मुक्तपणे धावू लागली. 'पडदा' वेगाने हलू लागला. खिदळू लागला. प्रेक्षक खिदळत होते, पात्रे खिदळत होती आणि 'पडदा'ही खिदळत होता. हे पाहत मी मंत्रमुग्ध उभा होतो. मनाशी म्हणत होतो, 'माणसांचा पडदा!'

त्या स्थितीत, त्या रात्री, त्या काही क्षणात मला 'घाशीराम कोतवाल' चा आकार किंवा 'फॉर्म' मिळाला. माणसांच्या त्या पारंपरिक पडद्याचे शेकडो संभव माझ्या मनाशी त्या क्षणात सरकले. समूह हे 'पात्र' होण्याची युक्ती मला गवसली होती.

त्यानंतर मी घरी पोहोचलो तो 'घाशीराम कोतवाल' मनाच्या रंगमंचावर नाचवीत. कानात लयीतले कोकणी संवाद होते.

मनातल्या विषयाने आता प्रथमच रूप घेतले होते. अजून पुष्कळ शोधायचे होते. पण नाटक होणार हे निश्चित झाले होते. हे नाटक फार वेगळे असणार हेही कळले होते.

यानंतर काही दिवस अनेक कारणांनी सलग लेखन शक्य नव्हते. परंतु त्याची घाईही नव्हती. कुणालाच हे नाटक मी कबूल केले नव्हते. माझ्या तब्येतीने मी ते लिहिणार होतो.

यापुढच्या घटना माझ्या मनाशी स्पष्ट नव्हत्या. त्या नाटकाचे दिग्दर्शक डॉ. जब्बार पटेल यांच्याशी बोलून मी त्या माझ्यापुरत्या थोड्याफार स्पष्ट केल्या आहेत. त्या अशा :

या नाटकाची पहिली काही पाने मी कधीतरी सलग लिहिली. (नानांच्या प्रवेशापर्यंत) डॉ. पटेल यांना मी ती दाखावली. या पानांमध्ये नाटकाचा घाट काय असेल ते स्पष्ट झाले होते. 'खेळे' धरून काही लोकनाट्य-प्रकारातली वैशिष्ट्ये एकत्र होऊन हा घाट घडणार होता. बाकी काहीच मलाही स्पष्ट नव्हते. डॉ. पटेल यांना या काही पानांत काय कळले माहीत नाही, परंतु त्यांना हा घाट आवडला. ते नाटक त्यांनी करायचे हे इथेच पक्के झाले.

प्रारंभीच्या या काही पानानंतर मी पुढे सुमारे सहा महिने काही लिहिले नाही आणि मला आठवते त्याप्रमाणे त्याची घाईही मला नव्हती. मध्यंतरी अमेरिकेचा माझा पहिला प्रवासदेखील घडला. तिथे त्यांची तऱ्हेतऱ्हेची संगीत नाटके बघताना माझ्या मनाशी माझे होऊ घातलेले संगीत नाटक होते.

प्रत्यक्षात मी उरलेले नाटक लिहिले ते एकटाकी, सलग आणि आज पुस्तकात आहे तोच या नाटकाचा एकमेव खर्डा. कच्चे पक्के असे काही करावे लागले नाही आणि तालमीतदेखील मोठे बदल घडले नाहीत.

आशयाचे आणि घाटाचे हे रेखीवपण माझ्या मनाशी कसे आणि कोठून आले ते मला माहीत नाही. या नाटकापुरतेच तसे घडले असेही नाही. नाटक लिहिताना मला ते नाटक 'दिसते'. 'घाशीराम कोतवाल' पुरते हे 'दिसणे' विशेष महत्त्वाचे होते. कारण या नाटकाचा आशय आणि परिणाम जितका शब्दात आहे त्याच्या कितीतरी पटीने तो 'दिसण्या'त आहे. हे खऱ्या अर्थाने 'पाहण्याचे'चे नाटक आहे. शब्द, संगीत आणि दृश्य या सर्व घटकांच्या एकजीव मेळातून हे नाटक 'घडत', उलगडत जाते. शब्द लेखकाचा, घाट दिग्दर्शकाचा आणि संगीताचा घाट संगीत-दिग्दर्शकाचा असे या नाटकाच्या निर्मितीत घडले नाही. या तीनही गोष्टी या नाटकात लेखकाने पुरवल्या.

त्यांचा विकास दिग्दर्शक, संगीत-दिग्दर्शक, नृत्य-दिग्दर्शक, नट यांनी पुढे केला.

या नाटकातला संवाद लयीत आहे. त्यापूर्वी 'राजाराणीला घाम हवा' नावाच्या बालनाट्यात मी या प्रकारच्या संवादाची 'तालीम' केली होती असे नंतर लक्षात आले. ते बालनाट्य लिहिताना 'घाशीराम कोतवाल' मनात नव्हते.

'घाशीराम कोतवाल' मधली काही पारंपरिक लोकगीते लहानपणी शिमग्यातले 'खेळे' आणि इतरत्र ऐकलेली; त्यांचे तोंड आठवण्यापुरती कानात होती. ती घेऊन मी त्यांना माझे शब्द जोडले. काही गीते नाटकाच्या प्रयोगाशी संबंधित इतरांनी दिली.

आता शेवटी एकच लिहायचे राहिले. मी या नाटकाला आवर्जून 'अनैतिहासिक' म्हटले ते का?

नाटक लिहिताना अर्थातच हा शब्द किंवा त्याजवळचा 'ऐतिहासिक' माझ्या मनातही आला नव्हता. मला म्हणायचे ते मला हवे तसे म्हणण्याच्या आणि एक नवाच घाट हाती लागल्याच्या मुक्त आनंदात मी बुडालो होतो.

या दोन शब्दांचे भान मला आले ते नाटकाचे प्रयोग सुरू झाल्यानंतर जे वादळ या नाटकावर उठले त्याच्या आरंभी.

हे वादळ दुहेरी होते. इतिहासाचे विकृतीकरण (यात नाटकातले नाना फडणवीस केंद्रस्थानी ठेवण्यात आले होते.) आणि ब्राह्मणवर्गाविषयीचा आकस.

हे नाटक ऐतिहासिक नाही, तसे भासविण्याचा प्रयत्नही त्याच्या लेखनात नाही, हे या वादळाच्या पहिल्या लाटेसरशी नाटकाकडे पुन्हा पाहताना माझ्या ध्यानी आले. इतिहासातली एक घटना मी माझ्या आशयाच्या सिद्धीसाठी वापरली होती, परंतु हे नाटक इतिहासासाठी किंवा त्या घटनेसाठी नव्हते. त्याच्या आशयासाठी होते. आणि हा आशय त्या एकाच घटनेपुरता सीमित नव्हता, तो पुष्कळ अधिक विस्तृत होता. नाटकात हे सर्व स्पष्ट होते. म्हणून या नाटकाला मी 'अनैतिहासिक' असे म्हटले. नाटकाचा लोकनाट्याचा घाट हेच प्रत्यक्ष प्रयोगात सातत्याने दाखवीत होतो.

तरीही घटना इतिहासातली होती आणि तिच्यात मी माझ्या आशयाच्या सोयीने बदल केले होते. माझी निर्मितीतली गरज यापलीकडे याचे समर्थन माझ्याकडे नव्हते. ही गरज मात्र फार खरी होती.

एक तर नाटक काय किंवा कुठलीही कलाकृती काय, विशिष्ट कालखंडात आणि विशिष्ट परिस्थितीत लिहिली जाते. वेगळ्या कालखंडात किंवा परिस्थितींत ती कलाकृती निर्माणही होणार नाही किंवा अगदी वेगळे रूप घेऊन निर्माण होईल. कलाकृतीच्या निर्मात्याचे या परिस्थितीवर बहुधा नियंत्रण नसते, इतकेच नव्हे तर ही परिस्थितीच त्याच्याकडून निर्मिती घडवते असेही म्हणता येईल.

त्या परिस्थितीत ही कलाकृती घडताना तिच्या स्वतंत्र नियमांनी ती घडते. एकाच लेखकाच्या वेगवेगळ्या कलाकृती घेऊन हे दाखवता येईल. त्यांचे नियम तेच नसतात. लेखकाची मनःस्थिती, त्याच्या भोवतालची परिस्थिती आणि या दोहोंच्या मागण्या असे सर्व मिळून हे नियम एकेका कलाकृतीपुरते घडतात. यात लेखक हा निर्माता म्हणून आपले वेगळे वर्चस्व गाजवण्याऐवजी निर्मितीच्या प्रक्रियेत पुरता मिसळलेला आणि काहीसा हरवलेला असतो. निर्मितीप्रक्रियेबरोबर तो वाहत असतो असे म्हटले तर ते चुकणार नाही.

आशयाच्या मागणीने, पूर्वी कधी तरी निर्हेतुकपणे वाचलेला 'घाशीराम कोतवाल'चा ऐतिहासिक प्रसंग माझ्या मनात मी न बोलावता यावा आणि मी काही ठरवण्याआत आशयाने त्याला स्वीकारावा, आपलासा करावा, हे घडले माझ्या मनात; परंतु हे ठरविणारा मी नव्हतो असे मी म्हणतो तेव्हा ते या दृष्टीने पाहिले पाहिजे.

तसेच काहीही 'ऐतिहासिक' स्वीकारताना ते तपासून घ्यावे या नियमाविषयी मी अनभिज्ञ नव्हतो. परंतु ऐतिहासिक काही लिहिण्याचे माझ्या मनाशीच नव्हते. माझ्या मनाशी होते ते त्यापलीकडचे होते आणि त्यासाठी मी कथेचा सांगाडा (skeleton) शोधत होतो असेच मला 'घाशीराम कोतवाल'च्या जन्मकालाकडे मनाने जातो तेव्हा दिसते. माझ्या लेखी ती कथा हे मनातल्या आशयाचे वाहन होते आणि आशयाने आपल्या सोयीसाठी ते हवे तसे फिरवून घेतले होते.

हे कशाचेही समर्थन नव्हे, जे घडले ते समजावून घेण्याचा हा प्रयत्न आहे.

आणि एकदा कलाकृतीची 'इमारत' उभी राहिली की मग तिच्यात मोठे बदल इतकेच काय, कधीकधी एखाद्या तपशिलाचे बदलदेखील— शक्य

नसतात. तिच्यात बदलासाठी हात घातला की इमारत जमीनदोस्त होण्याची भीती वाटते.

यासाठी दोन उदाहरणे देता येतील. 'शांतता! कोर्ट चालू आहे' या माझ्या नाटकात एका ठिकाणी बेणारे तिच्यावर चाललेल्या 'खटल्या'तून निघून जाऊ पाहते आणि सभागृहाच्या दरवाजाची कडी बाहेरून लागलेली असते. बेणारेला रोखणारे 'खटल्या'त कुणीही नाही, तिला रोखतो हा निव्वळ योगायोग : बाहेरून चुकून लागलेली कडी.

या मुद्दयावर नाटकाचे दिग्दर्शक आणि कलावंत एका बाजूला आणि मी दुसऱ्या बाजूला होतो. त्यांचे म्हणणे, हा योगायोग तर्कावर पटणारा नाही. माझे म्हणणे, एका वेगळ्या तर्काने हे घडते आणि हे घडणे त्या वेळी अपरिहार्य आहे. ते ऐकेनात आणि मीही माझे म्हणणे मागे घेईना. शेवटी मी माझे म्हणणे खरे केले.

वस्तुतः हा एक तपशील होता. पण तो बदलल्याने पूर्ण नाटक कोसळते अशीच माझी भावना होती.

याहूनही 'घाशीराम कोतवाल' वरच्या आक्षेपाच्या जवळचे उदाहरण 'गिधाडे' या माझ्या नाटकाचे आहे. त्यातल्या प्रधान व्यक्तिरेखा— रमाकांत आणि उमाकांत— त्यांच्या प्रत्यक्ष प्रथम नामांनीच त्या नाटकात आल्या. ती नावे बदलावीत असे पुढे माझ्याच मनाशी आले, परंतु नावाच्या बदलाने माझ्या मनातली व्यक्तिरेखाच बदलते असे मला वाटले आणि मी तो नाद सोडला.

कदाचित असे असेल की एखाद्या नावाला आपल्या लेखी एक व्यक्तिमत्त्व असते, प्रत्यक्षातली एक पार्श्वभूमी असते. कितीतरी संदर्भ असतात आणि केवळ त्या नावाने हे सर्व आपल्या लेखनात आपण आणतो. निदान असे आपण मानतो आणि नाव हलले की हे सर्व गेले असे वाटू लागते.

'घाशीराम कोतवाल' या घटनेला असे संदर्भ होते. हे संदर्भ मला नाटकात हवे होते आणि म्हणून या घटनेला माझ्या लेखी त्या वेळी, त्या परिस्थितीत, त्या नाटकापुरता पर्याय नव्हता. ती घटना नाटकात अपरिहार्य होती.

हा अर्थात् उलट त्या नाटकाच्या जन्माकडे बघताना आज मनात येणारा तर्क आहे.

माझ्या नाटकातल्या नाना फडणवीसांवर राग व्यक्त होऊ लागला तेव्हा उत्सुकता म्हणून मी पेशवाईचा इतिहास वाचला. तो वाचल्यावर माझे असे

मत बनले की, नाटकातले नाना नाटकापुरते इतिहासातल्या नानांशी सुसंगत आहेत. इतिहासातले नाना पहिल्या प्रतीचे बुद्धिमान, चतुर, मुत्सद्दी होते. कर्तबगार होते. माझ्या नाटकातले नाना हे सर्व आहेतच. इतिहासातले हे त्यांचे व्यक्तिमत्त्व नाटकात मलाही अभिप्रेत आहे. त्यांची कर्तबगारी माझ्या नाटकात प्रत्यक्ष दाखवण्याला अवसर नसला तरी ती जागोजाग अभिप्रेत आहे. नाना हे शासक वर्गाचे निरपवाद नेते आहेत. पण माझ्या नाटकातले नाना शूर पुरुष नाहीत, लंपट आहेत. ते राष्ट्रपुरुष नाहीत, वैयक्तिक स्वार्थ त्यांना आहे. सत्तेचा लोभ आहे. इतिहासात मला दिसलेले नाना हे सर्व होते. 'घाशीराम' नावाचा पुण्याच्या उरावर अल्प काळ नाचलेला राक्षस ही त्यांचीच 'निर्मिती' होती आणि सत्ताधारी ब्राह्मण वर्गाचा ऱ्हास हीही पेशवाईच्या उत्तर काळातली वस्तुस्थिती होती. नानांनंतर लागलीच पेशवाईची वाताहत घडली ती आणखी कशामुळे? असे असूनही 'घाशीराम कोतवाल' हे नाटक मी 'अनैतिहासिक' म्हणतो. कारण इतिहास दाखविणे हा या नाटकाचा हेतू नसून इतिहास व्यापून उरलेले एक सर्वकालीन सत्य दाखविणे हा या नाटकाचा हेतू होता आणि आहे.

महाराष्ट्राबाहेर या नाटकाच्या कोणत्याही भाषेतल्या प्रयोगांकडे (मराठी धरून) प्रेक्षकांनी असेच पाहिले. परदेशी तेथले संदर्भ या नाटकाला मिळाले. महाराष्ट्रातदेखील आणीबाणीच्या काळात या नाटकाकडे मराठी प्रेक्षकांनी तत्कालीन ताज्या संदर्भांनी पाहिले. त्या काळातले नाना, घाशीराम, ब्राह्मण वेगळे होते आणि या नाटकात प्रेक्षकांना ते स्पष्टपणे दिसत होते.

हे नाटक यासाठीच होते. तरीही अनुभवान्ती मला एक पटले आहे : कोणताही प्रेक्षक नाटककाराच्या नव्हे, तर स्वतःच्या मनातले नाटक समोरच्या नाटकात पाहत असतो. त्यावर त्याला एखादे नाटक आवडणे, न आवडणे अवलंबून असते. त्यावरच त्याचे नाटकाचे आकलन ठरते.

नाटक शेवटी प्रेक्षकांसाठी आणि त्यांचे असते.

याविषयी तक्रार नाही.

हे नाटक लेखकाचे होते तोवर हे कसे घडत गेले याचा 'इतिहास' एकदा नोंदवावा म्हणून हे सर्व लिहिले.

मुंबई
दि. २० मे १९९४

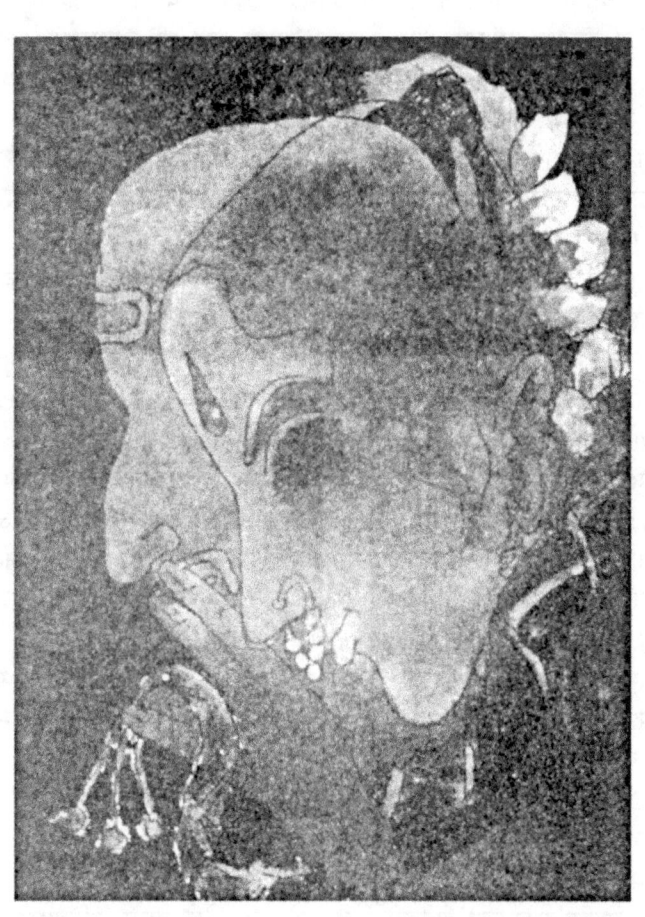

बावीस वर्षांनंतर

'घाशीराम कोतवाल' हे नाटक लिहिल्याला वर्षे लोटल्यानंतर 'लोकसत्ता' या दैनिकात 'रामप्रहर' नावाचे रोजचे सदर लिहीत असता आकस्मिकपणे घाशीराम पुन्हा माझ्यासमोर आला.

ते स्फुट खाली दिले आहे :

– विजय तेंडुलकर

काल डेक्कन क्वीनने पुण्याला येत होतो, तर फर्स्ट क्लासच्या डब्यात माझ्या थोडा पलीकडे बसलेला एकजण सारखा माझ्याकडेच पाहतो आहे असे लक्षात आले.

ढगळ जीन्स, त्यावर रंगीत तंग 'टी' शर्ट, जाड्या केसाळ भिवया, भरघोस काळ्या मिशा, कानाच्या पाळीपर्यंत कल्ल्यांचे झुबके आणि डोळ्यांना काळा चष्मा.

ओळखीचा वाटत नव्हता आणि मी वळून पाहिले की मिशीतल्या मिशीत आदबशीर हसत होता.

ओळखीचे नसलेले कुणी असे आपल्याकडे सारखे पाहू लागले आणि उगीच हसू लागले की संशय जागा होतो. त्यात त्याचे हसू आदबशीर असले तरी रूप तसे उग्रच.

शेवटी तो उठून माझ्याकडे आला आणि लवून त्याने मला मुजरा केला. बहुतेक सहप्रवासी त्यांच्या त्यांच्या जागी पेंगले होते म्हणून बरे झाले; एरवी त्यांना वाटले असते ही काय 'ऐतिहासिक' भानगड?

मी गोंधळून जरा मागे झालो तेव्हा दिलाशादाखल तो म्हणाला, ''लगता है आपने मुझे पहचाना नही. मी घाशीराम सावळदास. आपण माझ्यावर एक नाटक लिहिले होतेत. मी नाटकातल्या कपड्यात नसल्यामुळे आपला गोंधळ झालेला दिसतो. ते ऐतिहासिक कपडे फाटल्यापासून मी या असल्या कपड्यात असतो.''

घाशीराम आणि डेक्कन क्वीनच्या पहिल्या वर्गात? मी तर त्याला नाटकाच्या अखेरी दगडांनी ठेचून मारून टाकला होता. नाटकातल्या 'नानां'नी घाशीरामाच्या रूपाने दुष्ट आणि नीच प्रवृत्तींचा नायनाट होऊन सत्प्रवृत्तींचा विजय झाल्याचे नाटकाअखेरी घाशीरामाच्या मुडद्याला साक्ष ठेवून घोषित केले होते. आणि नाटकातल्या ब्राह्मणांनी आनंदोत्सव केला होता.

'नाटकात तुम्ही मला मारलात, पण मी मेलो नाही.'' डेक्कन क्वीनमधला घाशीराम मला म्हणाला, ''नाटकात दर वेळी मेलो तरी पुढच्या प्रयोगात असायचे असल्याने मरून जिवंत राहण्याचे तंत्र मला शिकावे लागले. त्याचा उपयोग झाला. नाटक मेले. पण मी जिवंतच उरलो.''

माझा विश्वास बसत नव्हता, पण समोर साक्षात् तो उभाच होता. 'हल्ली काय करतोस?'' मी वडीलधाऱ्या माणसाच्या स्वरात औपचारिक चौकशी केली.

''पडेल ते काम करायला तुम्ही शिकवलेत. मी पडेल ते काम करतो आणि नाटकातल्याप्रमाणे प्रत्यक्षातदेखील मी फार उपयोगाचा माणूस झालो आहे.'' दोन्ही हातांतल्या सोन्याच्या अंगठ्या मला दिसतील अशा तो चाचपत होता. ''कधी बॉम्बेत असतो, कधी दिल्लीत, तर कधी दुबईत. आज 'साहेबां'चा मुक्काम पुण्यात आहे म्हणून पुण्याला चाललो आहे.''

'साहेब' कोण ते विचारण्याला मला सुचले नाही.

''साहेबांनी मुद्दाम फोन करून बोलावून घेतले.'' घाशीरामने मान वाकडी आणि एक भिवई वर करून मिशीवर सहज ताव देत मला म्हटले, ''काहीतरी अर्जंट काम असणार. सध्याची सिच्युएशनच तशी आहे ना.''

माझा विश्वास बसणे शक्य नव्हते. हा माझ्या नाटकातला नसून कुणी तोतया घाशीराम असला पाहिजे असे मला वाटू लागले होते.

''माझ्याशिवाय साहेबांचेच काय पण अनेक भल्याभल्यांचे पान हलत नाही.'' त्याने तुमानीच्या मागच्या खिशातून दोन-चार उंची व्हिजिटिंग कार्ड्स काढून माझ्यापुढे धरली. त्यावरची नावे पाहून मी चक्रावलो. इतके 'वर'पर्यंत त्याचे हात पोहोचले? माझ्या नजरेतला अविश्वास हेरून त्याने 'सीट'वरची ब्रीफकेस उचलून त्यातली त्याची डायरी काढून काही पाने माझ्यासमोर धरली. तिच्यात आद्याक्षरेच आद्याक्षरे आणि सगळ्या देशी, परदेशी उंची ठिकाणांचे उल्लेख होते. एकेक आद्याक्षर वाचून माझे डोके गरगरू लागले. मी डायरीची पाने पाहत असा सुन्न उभा असता चमकणाऱ्या लाल डोळ्यांनी 'घाशीराम' माझा हैराण चेहरा न्याहाळत होता.

"आता झाली खात्री?" डायरी मिटून ब्रीफकेसमध्ये टाकत त्याने विचारले, "तुम्ही नाटकात करायला लावले त्याचा प्रत्यक्षात हा असा उपयोग होतो आहे. कुठलेही वाकडे काम सांगा, आपण ते करतो. बऱ्यावाईटाचा सवाल नाही. नाटक संपले आणि मी बेकार झालो. जगायचे कसे हा प्रश्न होता. मी एक चाकू घेऊन लहान-सहान दुकानवाल्यांकडून हप्ते वसूल करू लागलो. मग त्या मिळकतीतून पहिले पिस्तूल विकत घेतले आणि मोठ्या दुकानवाल्यांकडे मोर्चा वळवला. त्यानंतर सरकारी जागेत एक झोपडपट्टी वसवली आणि तिचे भाडे वसूल करू लागलो. तिथेच जुगाराचा अड्डा आणि कुंटणखाना टाकला. त्यानंतर त्या भागाचा मी दादा बनलो. बिल्डर मंडळी कुणाकुणाचा 'बंदोबस्त' करण्यासाठी मला सुपाऱ्या देऊ लागली. इथे राजकारणी लोकांचे लक्ष माझ्याकडे आणि माझ्या कर्तृत्वाकडे प्रथम गेले. मग त्यांची लहानसहान कामे ते माझ्याकडे सोपवू लागले. आपले काम चोख. त्यात हयगय नाही. पुन्हा या कानाची त्या कानाला बातमी नाही. थोड्याच काळात बड्या बड्या स्मगलरांकडे आपली वर्दी सुरू झाली. तिथेही यश. तिथून अंमली पदार्थांच्या चोरट्या व्यापारात पदार्पण. यशच यश. यातच शस्त्रास्त्रांचा चोरटा व्यापार तेजीत आला. आपण तिथे पोहोचलो. मोठ्या पदावरच्या महत्त्वाच्या माणसांची वर्मे हेरून त्यांना कसे मुठीत ठेवायचे, आपल्याला मुळातच तुम्ही शिकवून ठेवलेले. वाटेत येईल त्याला 'खपवणे' तर रक्तातच. त्याने इथवर पोहोचलो. तुमची कृपा." घाशीरामाने वाकून बळेच माझ्या पायाला एकदा हात लावला. "किती माणसांना आजपर्यंत यमसदनाला धाडले असेल गणती नाही."

"हे बरे नाही. याचे प्रायश्चित तुला मिळेल बघ." मी कसाबसा म्हणालो.

"प्रायश्चित्त?" घाशीराम बोगद्यातून जाणाऱ्या डेक्कन क्वीनसारखा गडगडून हसला. "कोण देणार प्रायश्चित्त? प्रायश्चित्त देणाऱ्या एकेकांचे नाव बोला, तो आपले गिऱ्हाईक आहे. या देशातली लोकशाही माझ्या पैशावर आणि बळावर चालते, लेखक महाशय! आहात कुठे?"

"पण राजकीय अस्थैर्याचे दिवस आहेत. तू भ्रमात राहू नकोस. सरकारे बदलतील." मी इशारा दिला.

"येईल त्या सरकारात आपलीच माणसे असणार." घाशीरामाने उलट मलाच सुनावले. "पक्ष बोला, माझी माणसे सांगतो. खोटे बोलणार नाही, निदान तुमच्यासारख्या गरीब आणि कुणीच भीक घालत नाही अशा लेखकाकडे खोटे बोलून काय फायदा? मी तुम्हाला शपथेवर सांगतो, मी

मेलो तर यानंतर माझ्याच मरणाने. कारण घाशीरामाशिवाय या देशातल्या नानांचेच काय पण लोकशाहीचेदेखील आता चालत नाही. नंबर दोनचा पैसा, अद्ययावत् शस्त्रास्त्रे आणि माझ्यासारखी दगाबाज, विश्वासघातकी, देशद्रोही, उलटच्या काळजाची, उपयोगी माणसे यावर ती सध्या उभी आहे! तुमच्या नाटकातला घाशीराम आता हा देश चालवतो आहे, लेखक महाशय...''

इतक्यात कुणी साखळी खेचावी तशी डेक्कन क्वीन क्षणार्धात भल्या मोठ्या आचक्यांनी हादरली. बघता बघता डब्याच्या दारांवाटे, खिडक्यांवाटे बंदूकधारी आत घुसले. गोळ्यांच्या उलटसुलट वर्षावात स्वतःला 'घाशीराम सावळदास' म्हणवणारा तो वेडसर उन्मत्त, अंगाची चाळण होऊन रक्ताच्या थारोळ्यात खाली कोसळला.

उभा डबा ते 'थरार नाट्य' स्वप्नात पाहावे तसे, डोळे फाडून पाहत होता. सर्वांनी टाळ्या वाजवल्या आणि एका महान दैत्याचा वध केल्याबद्दल दहशतवादविरोधी पथकाचे मनःपूर्वक अभिनंदन केले.

मी मात्र या दुःस्वप्नातून जागा झाल्यापासून फार बैचेन आहे. पुनः पुन्हा मारला जाऊन माझ्या नाटकातला 'घाशीराम' नव्याने जिवंत होताना दिसतो आहे आणि दिल्लीपासून गल्लीपर्यंतचे 'नाना' त्याचे आश्रयदाते.

मुंबई
दि. २१ मार्च १९९३

www.ingramcontent.com/pod-product-compliance
Lightning Source LLC
LaVergne TN
LVHW020136230825
819400LV00034B/1182